UWEZO WA MUNGU

*"Tokea hapo
haijasikiwa
ya kuwa mtu ameyafumbua
macho ya kipofu, ambaye alizaliwa hali hiyo.
Kama huyo asingalitoka kwa Mungu,
asingeweza kutenda neno lo lote."
(Yohana 9:32-33)*

UWEZO WA MUNGU

Dr. Jaerock Lee

Uwezo wa Mungu na Dr. Jaerock Lee
Kimechapishwa na Urim Books (Mwakilishi: Johnny. H. Kim)
235-3, Guro-dong 3, Guro-gu, Seoul, Korea
www.urimbooks.com

Haki zote zimehifadhiwa. Hairuhusiwi kunakili kitabu hiki au sehemu ya kitabu hiki katika mfumo wa aina yoyote, kutunzwa katika mfumo ambao kinaweza kusambazwa au kupatikana tena kwa namna au njia yoyote ile, au kubadilishwa katika namna yoyote ile, kielekroniki, kimakenika, kutolewa kivuli (fotokopi), kurekodiwa au vinginevyo, bila idhini ya maandishi kutoka kwa mchapaji.

Isipokuwa vinginevyo kama imebainishwa, nukuu yote ya Maandiko imechukuliwa kutoka katika Biblia ya Kiswahili – Union Version iliyochapishwa na Chama cha Biblia cha Kenya na Chama cha Biblia cha Tanzania ©1997   Imetumiwa kwa ruhusa.

Hakimiliki © 2015 na Dr. Jaerock Lee
ISBN: 979-11-263-1195-8 03230
Hakimiliki ya Kutafsiri © 2005 na Dr. Esther K. Chung. Imetumiwa kwa ruhusa.

Kimechapishwa kwa Mara ya Kwanza Septemba 2005
Toleo la Pili Agosti 2009
Toleo la Tatu Machi 2015

Awali kilichapishwa kwa Kikorea na Urim Book 2004

Kimehaririwa na Dr. Geumsun Vin
Jalada limesanifiwa na Editorial Bureau of Urim Books
Kwa taarifa zaidi wasiliana na urimbook@hotmail.com

Dibaji

Naomba kwamba kwa uwezo wa Mungu Muumba na injili ya Yesu Kristo, watu wote waone kazi moto ya Roho Mtakatifu...

Ninamshukuru Baba Mungu, ambaye ametubariki kuchapisha jumbe kutoka kwa Mkutano Maalum wa Uvuvio wa Wiki Mbili wa kumi na moja kama kitabu kimoja. Mkutano huu ulifanywa Mei 2003 – maudhui yake yakiwa "Uwezo." – Katika mkutano huu shuhuda kadha zilimtukuza Mungu sana.

Tangu 1993, punde tu baada ya Kanisa Kuu la Manmini (Manmin Central Church) kumaliza miaka kumi tangu lianzishwe, Mungu alianza kuwakuza washiriki wa hilo kanisa kuwa na imani ya kweli na kuwa watu wa kiroho kupitia kwa Mikutano Maalum ya Uvuvio ya Wiki Mbili.

Chini ya maudhui ya Mkutano wa Uvuvio wa mwaka wa 1999, "Mungu ni Upendo," aliruhusu majaribu ya baraka ili washiriki wa Kanisa la Manmini waweze kutambua umuhimu wa injili ya kweli, watimize sheria katika upendo, na kufanana na Bwana wetu aliyekuwa amedhihirisha uwezo wa ajabu.

Mwanzo wa milenia mpya mwaka wa 2000, ili watu wote ulimwenguni waweze kuona uwezo wa Mungu Muumba, injili ya Yesu Kristo, kazi ya moto ya Roho Mtakatifu, Mungu alitubariki kupeperusha hewani moja kwa moja Mikutano ya Uvuvio kupitia setilaiti ya Moogoonghwa na mtandao wa intaneti. Mwaka wa 2003, watazamaji kutoka takribani makanisa 300 ndani ya Korea na nchi kumi na tano walishiriki katika Mkutano wa Uvuvio.

Uwezo wa Mungu umejaribu kuwajuza watu utaratibu ambao kwao, mtu hukutana na Mungu na kupokea uwezo wake, madaraja tofauti ya uwezo, Uwezo wa Juu Zaidi wa Uumbaji unaovuka mipaka inayoruhusiwa kiumbe mwanadamu, na mahali ambapo uwezo wake hudhihirishwa.

Uwezo wa Mungu Muumba humshukia mtu jinsi anavyofanana na Mungu ambaye ndiye nuru. Zaidi ya hayo, wakati anapokuwa kitu kimoja na Mungu katika roho, anaweza kudhihirisha aina ya uwezo aliodhihirisha Yesu. Hili ni kwa sababu katika Yohana 15:7, Bwana wetu anatuambia, "INinyi mkikaa ndani yangu, na maneno yangu yakikaa ndani yenu, ombeni mtakalo lote nanyi mtatendewa."

Kwani mimi binafsi nimepata furaha na raha katika uhuru kutoka kwa miaka saba ya magonjwa na maumivu, ili niwe mtumishi mwenye uwezo anayefanana na Bwana, nilifunga na kuomba kwa siku na nyakati kadha baada ya kuitwa ili niwe mtumishi wa Bwana. Yesu anatuambia katika Marko 9:23, "'Ukiweza?' Yote yawezekana kwake aaminiye." Pia niliamini na kuomba kwa sababu nilishikilia ahadi ya Yesu, "[Yeye] aniaminiye mimi, kazi nizifanyazo mimi, yeye naye atazifanya; naam, na kubwa kuliko hizo atafanya, kwa kuwa mimi naenda kwa Baba" (Yohana 14:12). Kwa kupitia Mikutano ya Uvuvio ya kila mwaka, Mungu ametuonyesha ishara na maajabu ya kushangaza na ametupa uponyaji na majibu yasiyoweza kuhesabika. Zaidi ya hayo, wakati wa wiki ya pili ya Mkutano wa Uvuvio wa mwaka wa 2013, Mungu aliweka msisitizo wa dhihirisho la uwezo wake juu ya vipofu, viwete, viziwi na mabubu.

Hata ingawa sayansi ya kimatibabu imeendelea na inazidi kuendelea, ni kama haiwezekani kwa watu waliopofuka au kuwa viziwi waponywe. Hata hivyo, Mungu mwenyezi alidhihirisha uwezo wake hivyo basi nilipoomba kutoka kwenye membari peke yake, kazi ya uwezo wa uumbaji uliweza kufanya upya neva na chembechembe zilizokuwa zimekufa, na watu wakapata kuona, kusikia, na kuzungumza. Zaidi ya hayo, migongo iliyopindika ilinyooshwa, na mifupa iliyokakazika ililegea hivi kwamba watu waliweza kutupa magongo yao ya kutembelea, mikongojo yao, viti vyao vya magurudumu wakainuka, wakaruka, na kutembea.

Kazi ya Mungu ya miujiza kuvuka mipaka ya wakati ya nafasi.

Watu waliohudhuria Mikutano ya Uvuvio kupitia kwa setilaiti na katika Mtandao pia waliona uwezo wa Mungu, na hata leo ushuhuda wao bado unatumwa.

Hii ndiyo sababu jumbe kutoka Mkutano wa Uvuvio wa mwaka wa 2003 – ambamo watu wasiohesabika walizaliwa mara ya pili na neno la kweli, walipokea maisha mapya, wokovu, majibu, na uponyaji, wakaona uwezo wa Mungu, na wakamtukuza sana – zimepigwa chapa katika kitabu kimoja.

Ninatoa shukrani maalum kwa Geumsun Vin, Director of Editorial Bureau na wafanya kazi wake, na Translation Bureau kwa jitihada zao na kujitolea kwao.

Namtakia kila mmoja wenu aone uwezo wa Mungu Muumba, injili ya Yesu Kristo, na kazi ya moto ya Roho Mtakatifu, na furaha na raha zitiririke maishani mwenu – naomba haya yote katika jina la Bwana wetu!

Jaerock Lee

Utangulizi

Unapaswa kusoma kitabu hiki ambacho ni mwongozo muhimu ambao kwa huo mtu anaweza kuwa na imani ya kweli na kuona uwezo wa ajabu wa Mungu

Ninampa Mungu shukrani zote na utukufu, ambaye ametuongoza kuchapisha jumbe kutoka kwa 'Mkutano Maalum wa Uvuvio wa Wiki Mbili wa kumi na moja na Dr. Jaerock Lee' kama kitabu kimoja. Mkutano huu ulifanywa Mei 2003. Nao ulifanyika katikati ya uwezo mkuu wa ajabu wa Mungu.

Uwezo wa Mungu utakuzunguka katika neema na ukali, kwa kuwa kina jumbe tisa kutoka Mkutano wa Uvuvio uliofanywa chini ya maudhui "Uwezo," na pia shuhuda kutoka kwa watu kadha walioona uwezo wa Mungu aliye hai na injili ya Yesu Kristo moja kwa moja.

Katika Ujumbe wa Kwanza, "Kumwamini Mungu," utambulisho wa Mungu, kumwamini ni nini, na njia ambazo kwazo tunaweza kukutana naye na kumwona zimeelezwa.

Katika Ujumbe wa Pili, "Kumwamini Bwana," lengo la kuja

kwa Yesu duniani, kwa nini Yesu peke yake ndiye Mwokozi wetu, na kwa nini tunapokea wokovu na majibu tunapomwamini Bwana Yesu, vinajadiliwa.

Ujumbe wa Tatu, "Chombo Kizuri Zaidi Kuliko Kito," unafafanua juu yale unayoweza kufanya ili uwe chombo cha thamani, chema, na kizuri machoni mwa Mungu, na pia baraka zinazoshukia chombo kama hicho.

Ujumbe wa Nne, "Nuru," unaeleza nuru ya kiroho, kile tunachohitaji kufanya ili tukutane na Mungu ambaye ndiye nuru, na baraka tutakazopokea tutakapotembea katika nuru.

Ujumbe wa Tano, "Uwezo wa Nuru," unaingia ndani ya madaraja manne tofauti ya uwezo wa Mungu yanayodhihirishwa na viumbe wanadamu kupitia kwa rangi mbalimbali za nuru, na pia shuhuda halisi za maisha za aina tofauti tofauti za uponyaji zinazodhihirishwa katika kila daraja. Zaidi ya hayo, kwa kujulisha watu Uwezo wa Uumbaji Mkuu Zaidi, uwezo wa Mungu usiokuwa na mipaka na jinsi tunavyoweza kupokea uwezo huo wa nuru vinaelezwa kwa utondoti.

Kwa msingi wa utaratibu ambao kwao yule mtu aliyezaliwa kipofu alipata kuona alipokutana na Yesu na shuhuda kutoka kwa watu kadha waliopata kuona na kuponywa macho yasiyoona vizuri, Ujumbe wa Sita, "Macho ya Vipofu Yatafunguka," vitakusaidia kutambua moja kwa moja Uwezo wa Mungu Muumba.

Katika Ujumbe wa Saba, "Watu Watainuka, Waruke, na Watembee," kisa cha mtu aliyepooza amfikiaye Yesu kwa kusaidiwa na rafiki zake, anainuka na kutembea, unaangaliwa kwa uangalifu. Licha ya hayo, Ujumbe huo pia unawaelimisha wasomaji juu ya aina ya matendo ya imani wanayopaswa kuonyesha mbele za Mungu ili wapate kuona uwezo kama huo leo.

Ujumbe wa Nane, "Watu Watafurahi, Wacheze, na Waimbe," unaingia ndani ya hadithi ya bubu kiziwi anayepokea uponyaji anapokuja mbele ya Yesu, na anatujulisha njia ambazo kwazo tunaweza pia kuona uwezo kama huo hata leo.

Mwisho, katika Ujumbe wa tisa, "Upaji wa Mungu Usiokuwa na Mwisho," unatabiri juu ya siku za mwisho na upaji wa Mungu kwa ajili ya Kanisa Kuu la Manmini (Manmin Central Church) – ambavyo vyote vimefunuliwa na Mungu Mwenyewe tangu uanzilishi wa Manmin zaidi miaka ishirini iliyopita – vinaelezwa waziwazi.

Kupitia kwa kazi hii, watu wasioweza kuhesabiwa nawapate kuwa na imani ya kweli, siku zote waone uwezo wa Mungu Muumba, na watumiwe kama vyombo vya Roho Mtakatifu na watimize upaji wake, katika jina la Bwana wetu Yesu Kristo ninaomba!

Geumsun Vin
Director of Editorial Bureau

Yaliyomo

Ujumbe wa 1

Kumwamini Mungu (Waebrania 11:3) · 1

Ujumbe wa 2

Kumwamini Bwana (Waebrania 12:1-2) · 25

Ujumbe wa 3

Chombo Kizuri Zaidi Kuliko Kito

(2 Timotheo 2:20-21) · 47

Ujumbe wa 4

Nuru (1 Yohana 1:5) · 67

Ujumbe wa 5

Uwezo wa Nuru (1 Yohana 1:5) · 85

Ujumbe wa 6

Macho ya Vipofu Yatafunguka (Yohana 9:32-33) · 117

Ujumbe wa 7

Watu Watainuka, Waruke, na Watembee

(Marko 2:3-12) · 135

Ujumbe wa 8

Watu Watafurahi, Wacheze, na Waimbe

(Marko 7:31-37) · 157

Ujumbe wa 9

Upaji wa Mungu Usio na Mwisho

(Kumbukumbu la Torati 26:16-19) · 179

Ujumbe wa 1
Kumwamini Mungu

Waebrania 11:3

*Kwa imani twafahamu
ya kuwa ulimwengu uliumbwa kwa neno la Mungu,
hata vitu vinavyoonekana havikufanywa kwa vitu
vilivyo dhahiri*

Tangu Mkutano wa kwanza wa Wiki Mbili wa Uvuvio Maalum unaofanywa kila mwaka uliofanyika Mei mwaka wa 1993, watu wasioweza kuhesabika wameona moja kwa moja uwezo na kazi ya Mungu inayoendelea kuongezeka siku zote, ambapo kwa uwezo huo, magonjwa ambayo hayangeweza kuponywa na madawa ya kisasa yaliponywa na matatizo ambayo hayangeweza kutatuliwa na sayansi yalitatuliwa. Kwa miaka kumi na saba iliyopita, kama tunavyoona katika Marko 16:20, Mungu amethibitisha neno lake kwa ishara zilizoambatana nalo.

Kupitia kwa jumbe za kina kikuu juu ya imani, haki, mwili na roho, wema na nuru, upendo, na mambo kama hayo, Mungu ameongoza washiriki kadha wa Manmini kuingia katika ulimwengu wa kiroho wa ndani zaidi. Zaidi ya hayo, kupitia kwa kila Mkutano wa Uvuvio, Mungu alituongoza kushuhudia uwezo wake moja kwa moja hivyo basi ukawa Mkutano wa Uvuvio unaojulikana ulimwenguni kote.

Yesu anatwambia katika Marko 9:23, "'Ukiweza?' Yote yawezekana kwake aaminiye." Kwa hivyo, tukiwa na imani ya kweli, hakuna lisilowezekana kwetu na tutapokea kila tutakachoomba.

Basi tunapaswa kuamini nini, na tunapaswa kukiamini namna gani? Tukiwa hatujui na tumwamini Mungu kwa usahihi, hatungeweza kuona uwezo wake na ingekuwa vigumu kupokea majibu kutoka kwake. Hiyo ndiyo sababu kufahamu na kuamini kwa usahihi ni muhimu sana.

Mungu ni nani?

Kwanza, Mungu ndiye mwandishi wa vitabu sitini na sita vya Biblia. 2 Timotheo 3:16 inatukumbusha kwamba "Kila andiko, lenye pumzi ya Mungu." Biblia ina vitabu sitini na sita na inakisiwa kwamba iliandikwa na watu thelathini na nne tofauti katika kipindi cha miaka 1,600. Lakini, kipengele kinachoshangaza zaidi cha kila kitabu cha Biblia ni kwamba, ingawa ni kweli kwamba vilinakiliwa na watu wengi tofauti katika kipindi cha karne nyingi, vinalingana na kukubaliana kuanzia mwanzo hadi mwisho. Kwa maneno mengine, Biblia ni neno la Mungu lililonakiliwa katika msukumo na watu tofauti alioona wanafaa katika vipindi tofauti vya historia, na hujifunua kupitia kwa hilo. Kwa sababu hiyo wale wanaoamini Biblia kuwa neno la Mungu na kulitii wanaweza kupata baraka na neema alivyoahidi. Lingine, Mungu ni "Mimi Niko Ambaye Niko" (Kutoka 3:14). Tofauti na sanamu zilizotengenezwa na dhahania za mwanadamu au zilizochongwa na mkono wake, Mungu wetu ndiye Mungu wa kweli aliyekuwako kabla ya milele na yuko mpaka milele. Zaidi ya hayo, tunaweza kumweleza Mungu kama upendo (1 Yohana 4:16), nuru (1 Yohana 1:5), na mhukumu wa vitu vyote mwisho wa wakati.

Lakini, juu ya vingine vyote, ni lazima tukumbuke kwamba Mungu, aliumba vitu vyote vya mbinguni na duniani na uwezo wake wa kushangaza. Yeye ni Mwenyezi ambaye amedumu kudhihirisha uwezo wake wa ajabu kuanzia wakati wa Uumbaji hadi leo.

Muumba wa Vitu Vyote.

Katika Mwanzo 1:1, tunapata kuwa "Hapo mwanzo Mungu aliziumba mbingu na nchi." Waebrania 11:3 inatwambia, "Kwa imani twafahamu ya kuwa ulimwengu uliumbwa kwa neno la Mungu, hata vitu vinavyoonekana havikufanywa kwa vitu vilivyo dhahiri."

Katika hali ya utupu hapo mwanzo wa wakati, kila kitu ulimwenguni kiliumbwa kwa uwezo wa Mungu. Kwa uwezo wake, Mungu aliumba jua na mwezi mbinguni, mimea na miti, ndege na wanyama, samaki baharini, na wanadamu.

Hata ingawa kuna ukweli huu, watu wengi wameshindwa kumwamini Mungu Muumba kwa sababu dhana ya uumbaji inapingana sana na ujuzi au uzoefu waliopata na waliokuwa nao hapa ulimwenguni. Kwa mfano, katika akili ya watu kama hao, haiwezekani vitu vyote ulimwenguni viwe vimeumbwa kwa amri ya Mungu kutoka kwa hali ya utupu.

Nadharia ya mageuko kutoka sahili kuwa tata ilitungwa kwa sababu hiyo. Wafuasi wa nadharia ya mageuko wanabisha kwamba kiumbehai kilipata kuwako kwa nasibu, kikageuka chechewe, na kikaongezeka. Watu wakikataa kwamba Mungu aliumba ulimwengu na mfumo kama huo wa ujuzi, hawawezi kuamini sehemu ya Biblia iliyobaki. Hawawezi kuamini mahubiri ya kuwako kwa mbinguni na Jehanamu kwa sababu hawajawahi kufika huko, na katika kumtangaza Mwana wa Mungu aliyezaliwa mwanadamu, akafa, akafufuka, na kupaa mbinguni.

Hata hivyo, tunapata kwamba sayansi inapoendelea, uongo wa nadharia ya mageuko unawekwa wazi huku uhalali wa uumbaji ukiendelea kupiga hatua. Hata kama hatutoi orodha ya ushahidi wa kisayansi, kuna maelfu ya mifano inayotoa ushuhuda juu ya uumbaji.

Ushahidi ambao kwao Tunaweza Kumwamini Mungu Muumba

Hapa kuna mfano kama huo. Kuna zaidi ya nchi mia mbili na kabila nyingi tofauti za watu hata zaidi ya mia mbili. Lakini, wawe weupe, weusi, au manjano, kila mmoja wao ana macho mawili. Kila mmoja wao ana masikio mawili, pua moja, na tundu mbili za pua. Utaratibu huo upo sio tu kwa wanadamu lakini pia kwa wanyama wa ardhini, ndege wa angani, na samaki baharini. Mkonga wa ndovu hauna zaidi ya tundu mbili za pua hata ingawa una ukubwa na urefu wa kipekee. Kila mwanadamu, mnyama, ndege, na samaki ana mdomo mmoja, na mahali ulipowekwa mdomo panafanana. Kuna tofauti zinazotambulika zinazohusu mahali kilipo kila kiungo katika spishi tofauti, lakini kwa sehemu nyingi muundo wa kiungo na mahali kilipo hakuna tofauti.

Haya yote yanawezekanaje kufanyika "kwa nasibu"? Huu ni

ushahidi thabiti kwamba Muumba mmoja aliunda na akaumba watu, wanyama, ndege, na samaki, wasioweza kuhesabika. Kama kungekuwa na waumbaji zaidi ya mmoja, sura na umbo la viumbehai vingekuwa tofauti kulingana na idadi ya waumbaji ya upendeleo wao. Hata hivyo, kwa sababu Mungu wetu ndiye Muumba peke yake, viumbehai vyote viliumbwa kulingana na muundo wa kufanana.

Zaidi ya hayo, tunaweza kupata ushahidi mwingi zaidi katika asili na ulimwengu, ambao wote unatuelekeza kuamini kwamba Mungu ndiye aliyeumba kila kitu. Kama Warumi 1:20 ituambiavyo, "Kwa sababu mambo yake yasiyoonekana tangu kuumbwa ulimwengu yanaonekana, na kufahamika kwa kazi zake; yaani, uweza wake wa milele na Uungu wake; hata wasiwe na udhuru," Mungu aliunda na akaumba vitu vyote ili ukweli wa kuwako kwake usikataliwe wala kukanushwa.

Katika Habakuki 2:18-19, Mungu anatuambia, "Sanamu ya kuchora yafaa nini, hata yeye aliyeifanya ameichora? Sanamu ya kuyeyuka, nayo ni mwalimu wa uongo, yafaa nini? Hata yeye aliyeifanya aiwekee tumaini lake, na kufanya sanamu zisizoweza kusema? Ole wake yeye auambiaye mti, Amka; aliambiaye jiwe lisiloweza kusema, Ondoka! Je! Kitu hicho kitafundisha? Tazama, kimefunikwa kwa dhahabu na fedha, wala hamna pumzi ndani yake kabisa." Kama yeyote kati yenu ametumikia au kuamini sanamu bila kumjua Mungu, ni lazima utubu kisawasawa kwa kurarua moyo wako.

Ushahidi wa Kibiblia ambao kwao Tunaweza Kumwamini Mungu Muumba kwa Uhakika

Bado kuna watu wengi ambao hawawezi kumwamini Mungu hata ingawa kuna ushahidi mwingi usiopimika karibu nao. Kwa sababu hiyo, kwa kudhihirisha uwezo wake, Mungu ametuonyesha ushahidi wa kuwako kwake ulio wazi zaidi na usiokatalika. Kwa miujiza isiyoweza kufanywa na mwanadamu, Mungu amewaruhusu wanadamu waamini kuwako kwake na kazi yake ya ajabu.

Katika Biblia, kuna visa vingi vya kuvutia ambavyo katika hivyo, uwezo wa Mungu ulidhihirishwa. Bahari ya Shamu iligawanywa, jua likasimama au likarudi nyuma, na moto ulishushwa chini kutoka mbinguni. Maji yaliyokuwa machungu jangwani yaligeuzwa na kuwa mazuri, yakunyweka, kwingine maji yakatoka mwambani. Wafu walifufuliwa, magonjwa yakaponywa, na vita ambavyo watu waliona kwamba wameshindwa wakavishinda.

Watu wanapomwamini Mungu mwenyezi na kumwomba yeye, wanaweza kuona kazi ya uwezo wake isiyoweza kudhaniwa. Hiyo ndiyo sababu Mungu alinakili visa vingi katika Biblia ambamo uwezo wake ulidhihirika na hutubariki ili tuweze kuamini.

Lakini, kazi ya uwezo wake haipatikani katika Biblia peke yake. Kwa kuwa Mungu habadiliki, kupitia ishara nyingi zisizoweza kuhesabika, maajabu, na kazi za uwezo wake, anadhihirisha uwezo wake kupitia waamini wa kweli ulimwenguni kote leo; alituahidi hivyo. Katika Marko 9:23, Yesu anatuthibitishia, "'Ukiweza?' Yote yawezekana kwake aaminiye." Katika Marko 16:17-18, Bwana wetu anatukumbusha, Na ishara hizi zitafuatana na hao waaminio; kwa jina langu watatoa pepo; watasema kwa lugha mpya; watashika nyoka; hata wakinywa kitu cha kufisha, hakitawadhuru kabisa; wataweka mikono yao juu ya wagonjwa, nao watapata afya.

Uwezo wa Mungu na Unavyodhihirishwa kule Kanisa Kuu la Manmini (Manmin Central Church)

"Nilishukuruje
Ulipookoa maisha yangu...
Nilidhani ningetegemea magongo yangu,
maisha yangu yote...

Sasa naweza kutembea...
Baba, Baba ninakushukuru!"

Shemasi Johanna Park,
ambaye angekuwa amelemaa kabisa,
anatupa magongo yake na kutembea
baada ya kupokea maombi

Kanisa ninalotumikia kama mchungaji mkuu, Kanisa Kuu la Manmini (Manmin Central Church), limedhihirisha kazi ya uwezo wa Mungu Muumba wakati wote linapojitahidi kueneza injili kufikia pembe zote za ulimwengu. Tangu lilipoanzishwa mwaka wa 1982 mpaka leo, Manmini imeongoza watu wasioweza kuhesabika katika njia ya wokovu na uwezo wa Mungu Muumba. Kazi ya kukumbukwa zaidi ya uwezo wake ni uponyaji wa magonjwa na ulemavu. Watu wengi wenye magonjwa "yasiyopona" pamoja na saratani, kifua kikuu, kiharusi, ugonjwa wa upooza, mshipa, ugonjwa wa baridi, lukemia, na mengine kama hayo yameponywa. Pepo wametolewa, viwete walisimama na kuanza kutembea na kupiga mbio, na walea waliopooza kwa sababu ya ajali mbalimbali walipona. Licha ya hayo, mara tu baada ya kuombewa, watu waliokuwa wamechomeka vibaya waliponywa bila kubakishiwa makovu ya kutisha. Wengine ambao mili yao ilikuwa imekazika na ambao tayari walikuwa wamepoteza fahamu kutokana na kuvuja damu katika ubongo au sumu ya gesi walihuishwa na kupona papo hapo. Wengine waliokuwa wameacha kupumua baada ya kuombewa walifufuka.

Wengine wengi, ambao walikuwa wameshindwa kupata watoto baada ya miaka mitano, saba, kumi, au hata ishirini ya

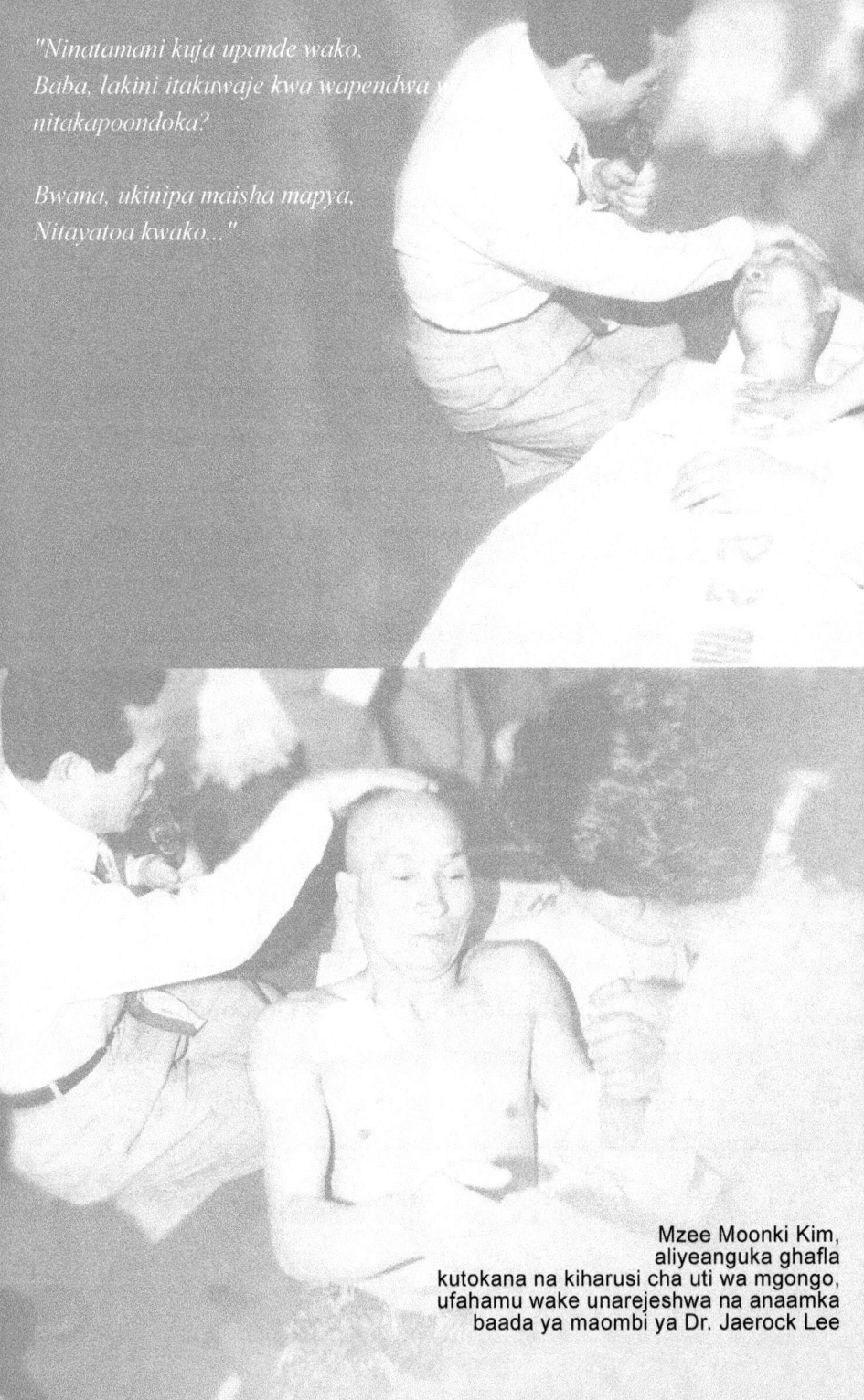

"Ninatamani kuja upande wako,
Baba, lakini itakuwaje kwa wapendwa
nitakapoondoka?

Bwana, ukinipa maisha mapya,
Nitayatoa kwako..."

Mzee Moonki Kim, aliyeanguka ghafla kutokana na kiharusi cha uti wa mgongo, ufahamu wake unarejeshwa na anaamka baada ya maombi ya Dr. Jaerock Lee ndoa, walipoombewa walipokea baraka za kutunga mimba. Watu wengi waliokuwa hawawezi kusikia, kuona, na kusema walimtukuza Mungu sana baada ya uwezo huo kurejeshwa na maombi.

Hata ingawa sayansi na madawa yamepiga hatua kubwa mwaka baada ya mwaka, karne baada ya karne, neva zilizokufa, haziwezi kufufuliwa na upofu au uziwi wa ndani hauwezi kuponywa. Hata hivyo, Mungu mwenyezi anaweza kufanya lolote, kwa kuwa yeye huumba kitu bila kutumia kitu chochote.

Mimi mwenyewe niliuona uwezo wa Mungu mwenyezi. Nilikuwa mlangoni mwa kifo kwa miaka saba kabla ya kumwamini. Nilikuwa mgonjwa katika viungo vyangu vyote vya mwili, isipokuwa macho yangu mawili, hata nikapewa jina bandia la "stoo ya idara ya magonjwa." Nilijaribu madawa ya Mashariki na ya Magharibi bila mafanikio, madawa ya kutibu ukoma, kila aina ya miti, nyongo za dubu na mbwa, tandu, na hata maji ya kinyesi. Katika hiyo miaka saba ya uchungu, nilifanya kila jitihada, lakini sikuweza kupona. Wakati nilipokuwa nimevunjika moyo kabisa katika majira ya uchipuzi ya mwaka wa 1974, niliona jambo ambalo sikuamini. Wakati ule niliokutana na Mungu, aliniponya magonjwa yangu yote na udhaifu wangu wote. Tangu wakati huo, Mungu amenilinda siku zote hivi kwamba sijakuwa mgonjwa tena. Hata niliposikia hali mbaya kidogo katika kiungo chochote cha mwili wangu, baada ya maombi ya imani nilipona mara moja. Mbali na mimi na jamaa yangu, ninajua kwamba washiriki wengi wa Manmini wanamwamini Mungu mwenyezi kwa dhati na kwa hivyo, siku zote wana afya ya kimwili na hawategemei madawa. Kwa kushukuru rehema za Mungu Mponyaji, watu wengi walioponywa wanatumikia kanisa kama wahudumu waaminifu wa Mungu, wazee, mashemasi wake kwa waume, na wafanyakazi.

Uwezo wa Mungu hauishii kwa kuponya magonjwa na udhaifu tu. Tangu kanisa lilipoanzishwa mwaka wa 1982, washiriki wengi wa Manmini wameshuhudia visa visivyoweza kuhesabika ambapo kumwomba Mungu na kuamini uwezo wake kumedhibiti hali ya anga kwa kusitisha mvua nzito, kuwafunika washiriki wa Manmini na mawingu siku ya jua linalochoma sana, na kusababisha vimbunga vitulie au viende upande mwingine. Kwa mfano, makongamano ya kanisa lote ya majira ya joto hufanyika Julai na Agosti. Hata ingawa sehemu nyingine za Korea Kusini hupata madhara yanayoletwa na vimbunga na mafuriko, lokesheni na sehemu za nchi hiyo ambako makongamano hufanyika mara nyingi hubaki vilevile bila kuathiriwa na mvua nzito au majanga mengine asilia. Washiriki kadha wa Manmini pia huona pinde za mvua mara kwa mara, hata katika siku ambazo mvua haijanyesha awali.

Kuna kipengele cha kushangaza hata zaidi cha uwezo wa Mungu. Kazi ya uwezo wake hudhihirishwa hata wakati ambapo siwaombei wagonjwa moja kwa moja. Watu wengi wasiohesabika wamemtukuza Mungu sana baada ya kupokea uponyaji na baraka kupitia "Maombi ya Wagonjwa" yaliyonaswa katika kanda, yaliyopeperushwa kwenye mtandao, na jumbe za simu zinazojitangaza.

Zaidi ya hayo, katika Matendo 19:11-12 tunapata, Mungu alifanya miujiza isiyokuwa ya kawaida kwa mikono ya Paulo, hivi kwamba vitambaa au aproni vilichukuliwa kutoka mwilini mwake na kupelekewa wagonjwa, na magonjwa yakapona na pepo wachafu wakawatoka. Vivyo hivyo, kupitia kwa vitambaa, nilivyoviombea, kazi ya uwezo wa wa ajabu wa Mungu hudhihirishwa.

Zaidi ya hayo, ninapowekea watu mikono na kuombea picha za watu wagonjwa, uponyaji unavuka mipaka ya wakati na nafasi hufanyika kote ulimwenguni. Hii ndiyo sababu, ninapoendesha injili ya nchi za ng'ambo, aina magonjwa na udhaifu aina yote, pamoja na UKIMWI hatari, huponywa mara moja na uwezo wa

Mungu uvukao mipaka ya wakati na nafasi.

Kuona Uwezo wa Mungu

Je, hili lina maana kwamba mtu yeyote amwaminiye Mungu anaweza kuona kazi ya kushangaza ya uwezo wake na kupokea majibu na baraka? Watu wengi hukiri imani yao kwa Mungu, lakini si wote wanaoona uwezo wake. Unaweza kuona uwezo wake tu wakati imani yako kwa Mungu inapodhihirishwa katika matendo naye hukiri, "Ninajua unaniamini."

Mungu ataangalia ukweli kwamba mtu husikiliza mahubiri ya mtu na kuhudhuria ibada kama "imani." Hata hivyo, ili uwe na imani ya kweli ambayo kwa hiyo unaweza kupokea uponyaji na majibu, ni lazima usikie na kujua Mungu ni nani, na kwa nini Yesu ni Mwokozi wetu, na kuhusu kuwako kwa mbinguni na Jehanamu. Unapoelewa mambo haya, tubu dhambi zako, mkubali Yesu kama Mwokozi wako, na umpokee Roho Mtakatifu, utapokea haki kama mwana wa Mungu. Hii ndiyo hatua ya kwanza ya kuifikia imani ya kweli.

Watu wenye imani ya kweli wataonyesha matendo yanayoshuhudia imani hiyo. Mungu ataona matendo ya imani na atajibu matamanio ya mioyo yao. Wale wanaoona kazi za uwezo wake huonyesha ushahidi wa imani kwake na huthibitishwa na Mungu.

Kumpendeza Mungu kwa Matendo ya Imani

Hapa kuna mifano michache kutoka kwa Biblia. Kwanza, katika 2 Wafalme 5 kuna hadithi ya Naamani, jemadari wa jeshi la mfalme wa Aramu. Naamani aliona kazi ya uwezo wa Mungu baada ya kudhihirisha matendo ya imani yake kwa kumtii Nabii Elisha, ambaye Mungu alinena kupitia kwake.

Naamani alikuwa jenerali mashuhuri wa ufalme wa Aramu. Alipokuwa na ukoma Naamani alimtembelea Elisha, aliyesemekana kwamba hufanya maajabu ya kimiujiza. Hata hivyo, wakati jemadari mwenye ushawishi mkubwa na maarufu kama Naamani alipofika kwa Elisha na kiasi kikubwa cha dhahabu, fedha, na mavazi, nabii alimtuma mtumishi wake tu kwa Naamani, akamwambia, "Enenda ukaoge katika Yordani mara saba" (kif. 10).

Mara ya kwanza, Naamani alikasirika sana. Sababu kubwa iliyomfanya akasirike, ni kwamba nabii hakumpokea vizuri.

Licha ya hayo, badala ya Elisha kumwombea, alimwambia aende akaoge Mto Yordani. Hata hivyo, Naamani aligeuza mawazo yake upesi na akatii. Hata ingawa maneno ya Elisha hayakumpendeza na hakukubaliana na mawazo yake, Naamani alikuwa ameamua angalau amtii nabii wa Mungu.

Kufikia wakati Naamani alipokuwa ameoga mara sita katika Mto Yordani, hakuna mabadiliko yaliyoweza kuonekana kwa ukoma wake. Lakini Naamani alipooga katika Yordani mara ya saba, nyama yake ikarejeshwa na ikawa safi kama ile ya mtoto mchanga (kif. 14).

Kiroho, "maji" yanaashiria neno la Mungu. Ukweli kwamba Naamani alijichovya katika Mto Yordani ina maana kwamba kwa Neno Lake, Naamani alitakaswa dhambi zake. Zaidi ya hayo, nambari "saba" inaashiria ukamilifu; ukweli kwamba Naamani alijichovya Mtoni "mara saba" ina maana kwamba jenerali alipokea msamaha kamili.

Vivyo hivyo, kama tunataka kupokea majibu ya Mungu, ni lazima kwanza tutubu dhambi zetu kisawasawa, jinsi alivyofanya Naamani. Lakini, toba haiishii na kusema tu, "Ninatubu. Nimefanya makosa." Unapaswa "kurarua moyo wako" (Yoeli 2:13). Zaidi ya hayo, unapotubu dhambi zako kisawasawa, ni lazima uamue kutofanya dhambi zilezile tena. Ni wakati huo peke yake ambapo ukuta wa dhambi kati yako na Mungu utaharibiwa, furaha itabubujika kutoka ndani, matatizo yako yatatatuliwa, na utapokea majibu ya matamanio ya moyo wako.

Pili, katika 1 Wafalme 3 tunamwona Mfalme Sulemani akitoa sadaka za kuteketeza elfu moja mbele za Mungu. Kupitia kwa sadaka hizo, Sulemani alidhihirisha matendo ya imani yake ili aweze kupata majibu ya Mungu, na matokeo yake, hakupokea kutoka kwa Mungu, yale tu aliyokuwa ameyaomba, bali pia yale ambayo hakuyaomba.

Ili Sulemani aweze kutoa sadaka za kuteketezwa elfu moja, alihitaji kujitolea kiasi kikubwa. Kwa kila sadaka, mfalme alihitaji kushika wanyama na kuwatayarisha. Hebu fikiri ni kiasi gani cha wakati, jitihada, na pesa angegharimika kutoa sadaka kama hizo mara elfu moja. Aina ya kujitolea alikoonyesha Sulemani hakungewezekana kama mfalme hakuwa amemwamini Mungu aliye hai

Mungu alipoona kujitolea kwa Sulemani, hakumpa hekima tu peke yake, ambayo huyo mfalme alikuwa ameomba mwanzo, bali pia utajiri na heshima – hivi kwamba katika maisha yake alikuwa hana mfalme aliyekuwa sawa naye.

Hatimaye, katika Mathayo 15 kuna kisa cha mwanamke kutoka Sirofoinike ambaye binti yake alikuwa amepagawa na pepo. Alikuja mbele ya Yesu kwa moyo wa kunyenyekea usiobadilika, akamwomba Yesu amponye, na mwishowe akapokea matakwa ya moyo wake. Hata hivyo, kwa kuomba kwa bidii kwa yule mwanamke, Yesu hapo kwanza hakumjibu, "Ni sawa, binti yako ameponywa." Badala yake, alimwambia yule mwanamke, "Si vema kukitwaa chakula cha watoto na kuwatupia mbwa" (kif. 26). Alimlinganisha huyo mwanamke na mbwa. Kama mwanamke hangekuwa na imani, angekuwa ameaibika vibaya au angekasirika sana. Lakini, mwanamke huyu alikuwa na imani iliyompa hakika ya jibu la Yesu, na hakuudhika wala kuvunjika moyo. Badala yake, alimshikilia Yesu kwa unyenyekevu zaidi. Mwanamke akamwambia Yesu, "Ndiyo, Bwana, lakini hata mbwa hula makombo yaangukayo mezani pa bwana zao." Kusikia hivi, Yesu alipendezwa sana na imani ya yule mwanamke na mara moja, akamponya binti yake aliyepagawa na pepo.

Vivyo hivyo, tukiwa tunataka kupokea uponyaji na majibu, ni lazima tudhihirishe imani yetu hadi mwisho. Licha ya hayo, ukiwa na imani ambayo kwayo unaweza kupokea majibu yake, ni lazima ujionyeshe mbele za Mungu kimwili.

Kwa kweli kwa sababu uwezo wa Mungu unadhihirika sana katika Kanisa Kuu la Manmini (Manmin Central Church), inawezekana kupokea uponyaji na kitambaa nilichokiombea au na picha. Hata hivyo, isipokuwa mgonjwa awe katika hali mahututi au awe ng'ambo, mtu mwenyewe lazima aje mbele za Mungu. Mtu anaweza kuona uwezo wa Mungu baada tu ya kusikia neno lake na kuwa na imani. Zaidi ya hayo, kama huyo mtu ana upungufu wa akili au amepagawa na pepo na kwa hivyo hawezi kuja mbele za Mungu kwa imani yake mwenyewe, basi kama mwanamke wa Sirofoinike, wazazi wake au jamaa lazima waje mbele za Mungu kwa niaba yake na upendo na imani.

Zaidi ya hayo, kuna ushahidi mwingi zaidi wa imani. Kwa mfano, usoni kwa mtu mmoja mwenye imani ambayo kwa hiyo anaweza kupokea majibu, furaha na shukrani vinakuwa dhahiri siku zote. Katika Marko 11:24, Yesu anatwambia, "Kwa sababu hiyo nawaambia, Yo yote myaombayo mkisali, aminini ya kwamba mnayapokea, nayo yatakuwa yenu." Ukiwa na imani ya kweli, unaweza tu kufurahi na kushukuru wakati wote. Licha ya hayo, ukikiri kwamba unamwamini Mungu, utatii na kuishi kulingana na Neno Lake. Kwa kuwa Mungu ni nuru, utajitahidi kuenenda katika nuru na ubadilike.

Mungu hufurahia matendo yetu ya imani na hujibu matamanio ya mioyo yetu. Je, una aina na kipimo cha imani ambacho Mungu atakikubali?

Katika Waebrania 11:6 tunakumbushwa, "Lakini pasipo imani haiwezekani kumpendeza; kwa maana mtu amwendeaye Mungu lazima aamini kwamba yeye yuko, na kwamba huwapa thawabu wale wamtafutao.."

Kwa kuelewa vizuri maana ya kumwamini Mungu na kudhihirisha imani yako, kila mmoja wenu naampendeze, aone uwezo wake, na aishi maisha ya kubarikiwa, katika jina la Bwana wetu Yesu Kristo ninaomba!

Ujumbe wa 2
Kumwamini Bwana

Waebrania 12:1-2

*Basi na sisi pia, kwa kuwa
tunazungukwa na wingu kubwa la mashahidi namna hii,
na tuweke kando kila mzigo mzito, na dhambi ile
ituzingayo kwa upesi;
na tupige mbio kwa saburi katika yale mashindano
yaliyowekwa mbele yetu,
tukimtazama Yesu,
mwenye kuanzisha na mwenye kutimiza imani yetu;
ambaye kwa ajili ya furaha iliyowekwa mbele yake
aliustahimili msalaba na kuidharau aibu,
naye ameketi
mkono wa kuume wa kiti cha enzi cha Mungu*

Watu wengi leo wamesikia jina "Yesu Kristo." Lakini idadi ya kushangaza ya watu, hata hivyo, hawajui kwa nini Yesu peke yake ndiye Mwokozi wa wanadamu au kwa nini tunapokea wokovu tu peke yake tunapomwamini Yesu Kristo. Vibaya zaidi, kuna baadhi ya Wakristo ambao hawawezi kujibu maswali yaliyotajwa hapo juu, hata ingawa wana uhusiano wa moja kwa moja na wokovu. Hili lina maana kwamba, hawa Wakristo wanaishi maisha yao katika Kristo bila kuelewa kikamilifu umuhimu wa kiroho wa maswali hayo.

Kwa hivyo, ni wakati peke yake tunapojua na kuelewa kwa usahihi kwa nini Yesu peke yake ndiye Mwokozi wetu na kumkubali na kumwamini kuna maana gani, na kuwa na imani ya kweli, ndipo tunaweza kuuona uwezo wa Mungu.

Watu wengine wanamwangalia Yesu tu kama mmojawapo wa watakatifu wakuu wanne. Wengine wanamfikiria tu kama mwanzilishi wa Ukristo, au kama mtu mkarimu aliyefanya mema mengi sana maishani mwake.

Hata hivyo, wale ambao wamekuwa wana wa Mungu ni lazima waweze kukiri kwamba Yesu ndiye Mwokozi wa wanadamu aliyewakomboa watu wote kutoka kwa dhambi zao.

Tunawezaje kumlinganisha Mwana wa pekee wa Mungu, Yesu Kristo, na wanadamu, viumbe tu? Hata wakati wa Yesu, tunapata kwamba kulikuwa na mitazamo tofauti tofauti ambapo kwa mitazamo hiyo, watu walifikiri juu yake.

Mwana wa Mungu Muumba, Mwokozi

Katika Mathayo 16 kuna mandhari ambamo Yesu aliwauliza wanafunzi wake, "Watu hunena Mwana wa Adamu kuwa ni nani?" (kif. 13) katika kunukuu majibu ya watu tofauti tofauti, wanafunzi wake walijibu, "Wengine hunena u Yohana Mbatizaji, wengine Eliya, wengine Yeremia au mmojawapo wa manabii." (kif. 14). Yesu akawauliza wanafunzi wake, "Nanyi mwaninena mimi kuwa ni nani?" (Kif. 15) Petro akajibu, "Wewe ndiwe Kristo, Mwana wa Mungu aliye hai" (kif. 16), Yesu akamsifu, "Heri wewe Simoni Bar-yona; kwa kuwa mwili na damu havikukufunulia hili, bali Baba yangu aliye mbinguni." (kif. 17). Kupitia kwa kazi zisizoweza kuhesabiwa za uwezo wa Mungu alizodhihirisha Yesu, Petro alikuwa na hakika kwamba alikuwa Mwana wa Mungu Muumba na Kristo, Mwokozi wa wanadamu.

Mwanzo, Mungu aliumba mwanamume kutoka kwa udogo

katika mfano wake mwenyewe, na akamweka katika Bustani ya Edeni. Katika hiyo Bustani kulikuwa na mti wa uzima na mti wa ujuzi wa mema na mabaya, na Mungu akamwamuru mtu wa kwanza Adamu, Matunda ya kila mti wa bustani waweza kula, walakini matunda ya mti wa ujuzi wa mema na mabaya usile, kwa maana siku utakapokula matunda ya mti huo utakufa hakika (Mwanzo 2:16-17).

Baada ya muda mrefu kupita, mwanamume wa kwanza na mwanamke wa kwanza Adamu na Hawa walijaribiwa na nyoka, aliyechochewa na Shetani, na wakaasi amri ya Mungu. Mwishowe walikula kutoka kwa mti wa Ujuzi wa Mema na Mabaya na wakafukuzwa katika Bustani ya Edeni. Matokeo ya matendo yao, wazao wa Adamu na Hawa walirithi asilia ya dhambi. Zaidi ya hayo, kama Mungu alivyomwambia Adamu angekufa hakika, roho zote za wazao wake zilipelekwa katika kifo cha milele.

Kwa hivyo, kabla ya mwanzo wa wakati, Mungu alitayarisha njia ya wokovu, Mwana wa Mungu Muumba Yesu Kristo. Kama Matendo 4:12 inavyotuambia, "Wala hakuna wokovu katika mwingine awaye yote, kwa maana hapana jina jingine chini ya mbingu walilopewa wanadamu litupasalo sisi kuokolewa kwalo," isipokuwa Yesu Kristo, hakuna mtu mwingine yeyote katika historia ana sifa za kuwa Mwokozi wa wanadamu.

Upaji wa Mungu Uliokuwa Umefichwa Kabla Wakati Kuanza

1 Wakorintho 2:6-7 inatuambia, "Walakini iko hekima tusemayo kati ya wakamilifu; ila si hekima ya dunia hii, wala ya hao wanaoitawala dunia hii, wanaobatilika; bali twanena hekima ya Mungu katika siri, ile hekima iliyofichwa, ambayo Mungu aliiazimu tangu milele, kwa utukufu wetu; ambayo wenye kuitawala dunia hii hawaijui hata mmoja." 1 Wakorintho 2:8-9 inaendelea kutukumbusha, "Maana kama wangaliijua, wasingalimsulibisha Bwana wa utukufu; lakini, kama ilivyoandikwa, 'Mambo ambayo jicho halikuyaona wala sikio halikuyasikia, (Wala hayakuingia katika moyo wa mwanadamu,) Mambo ambayo Mungu aliwaandalia wampendao.'" Ni lazima tutambue kwamba njia ya wokovu aliyotayarisha Mungu kwa ajili ya wanadamu kabla mwanzo wa wakati ni njia ya msalaba na Yesu Kristo, na hii ni hekima ya Mungu ambayo imefichwa.

Kama Muumba, siku zote Mungu hutawala kila kitu

ulimwenguni na kusimamia historia ya wanadamu. Mfalme au raisi wa nchi husimamia nchi yake kulingana na sheria ya nchi hiyo; mkurugenzi mkuu wa shirika husimamia kampuni yake kulingana na mwongozo wa Kampuni; na kichwa cha nyumba husimamia jamaa yake kulingana na sheria za kijamaa. Vivyo hivyo, hata ingawa Mungu ndiye mwenye vitu vyote ulimwenguni, siku zote husimamia vitu vyote kulingana na sheria ya ulimwengu wa kiroho kama inavyoonekana katika Biblia.

Kulingana na sheria ya ulimwengu wa kiroho, kuna sheria, "mshahara wa dhambi ni mauti" (Warumi 6:23), inayoadhibu wenye hatia, na pia kuna sheria inayoweza kutukomboa kutoka kwa dhambi zetu. Hiyo ndiyo sababu Mungu alitumia sheria hiyo kutukomboa kutoka kwa dhambi zetu ili arejeshe mamlaka yaliyokuwa yamechukuliwa na adui shetani Adamu alipokosa kutii.

Sheria ambayo kwayo mwanadamu angekombolewa na akarejeshewa mamlaka ambayo mtu wa kwanza Adamu alimpatia adui shetani ilikuwa ipi? Kulingana na "sheria juu ya ukomboaji wa ardhi," Mungu alitayarisha njia ya wokovu kwa ajili ya wanadamu kabla mwanzo wa wakati.

Yesu Kristo ana Sifa Zinazofaa kulingana na Sheria inayohusu Kukombolewa kwa Nchi.

Mungu aliwapa Waisraeli "sheria inayohusu kukombolewa kwa nchi," iliyoamuru yafuatayo: ardhi ilikuwa haipaswi kuuzwa kabisa; na ikiwa mtu alikuwa maskini na auze ardhi yake, jamaa wake wa karibu au huyo mtu mwenyewe alipaswa kuja na kuikomboa hiyo ardhi, hivyo basi kurejesha umiliki wa ardhi hiyo (Walawi 25:23-28).

Mungu alijua kimbele kwamba Adamu angetoa mamlaka hayo aliyopokea kutoka kwa Mungu na ampe shetani kwa kutotii kwake. Zaidi ya hayo, Mwenyewe wa kweli na asili ya vitu vyote ulimwenguni, Mungu alimpa shetani mamlaka na utukufu uliokuwa wa Adamu awali, kama ilivyotakiwa na sheria ya ulimwengu wa kiroho. Hiyo ndiyo sababu wakati shetani alipomjaribu Yesu katika Luka 4 kwa kumwonyesha falme zote za ulimwengu aliweza kumwambia Yesu, "Nitakupa wewe enzi hii yote, na fahari yake, kwa kuwa imo mikononi mwangu, nami humpa ye yote kama nipendavyo" (Luka 4:6-7).

Kulingana na sheria inayohusu kukombolewa kwa ardhi, ardhi zote ni za Mungu. Kwa hivyo, mwanadamu hawezi kuziuza kabisa na wakati mtu mwenye sifa zinazofaa anapotokea, ardhi zilizouzwa lazima zirejeshwe kwa huyo mtu. Vivyo hivyo, vitu vyote ulimwenguni ni vya Mungu, kwa hivyo Adamu hangeweza "kuuza" kabisa, wala shetani naye hangeweza kuzimiliki kabisa.

Kwa hivyo, wakati mtu mwenye uwezo wa kutosha kukomboa mamlaka ya Adamu aliyopoteza alipotokea, adui shetani alikuwa hana la kufanya ila kuachilia mamlaka aliyopokea kutoka kwa Adamu.

Kabla mwanzo wa wakati, Mungu wa haki alimtayarisha mtu asiyekuwa na kasoro mwenye sifa zifaazo kulingana na sheria inayohusu ukomboaji wa ardhi, na njia hiyo ya wokovu kwa ajili ya wanadamu ni Yesu Kristo.

Basi kulingana na sheria inayohusu ukomboaji wa ardhi, Yesu Kristo angewezaje kurejesha mamlaka ambayo yalikuwa yamepewa adui shetani? Ni wakati tu peke yake ambapo Yesu alitimiza sifa nne zifuatazo, ndipo aliweza kuwakomboa wanadamu wote kutoka kwa dhambi zao na kurejesha mamlaka yaliyokuwa yamepewa adui shetani.

Kwanza, mkombozi lazima mwanamume, "jamaa wa karibu," wa Adamu.

Walawi 25:25 inatuambia, "Kwamba nduguyo amekuwa

maskini, na kuuza sehemu ya milki yake, ndipo jamaa yake aliye karibu naye atakuja, naye ataikomboa ile aliyoiuza nduguye." Kwa kuwa "jamaa wa karibu" angeweza kuikomboa ardhi, ili aweze kurejesha mamlaka aliyotoa Adamu, kwamba "jamaa wa karibu" lazima awe mwanamume. 1 Wakorintho 15:21-22 inasema, "Maana kwa kuwa mauti ililetwa na mtu, kadhalika na kiyama ya wafu ililetwa na mtu. Kwa kuwa kama katika Adamu wote wanakufa, kadhalika na katika Kristo wote watahuishwa." Kwa maneno mengine, kama kifo kilivyoingia kupitia kwa kutotii kwa mtu mmoja, ufufuo wa roho zilizokufa lazima kufanyike kupitia kwa mtu mmoja.

Yesu Kristo ni "Neno [lililo] kuwa mwili" na akaja duniani (Yohana 1:14). Yeye ndiye Mwana wa Mungu, aliyezaliwa katika mwili akiwa na asilia ya kiungu na ya mwanadamu. Licha ya hayo, kuzaliwa kwake ni ukweli wa kihistoria na kuna ushahidi mwingi unaoshuhudia ukweli huu. Linalojitokeza zaidi, historia ya wanadamu inaonyeshwa kwa kutumia "K.K." au "Kabla ya Kristo," na "B.K." au "Anno Domini" katika lugha ya Kilatini, ambayo maanake ni "katika mwaka wa Bwana Wetu."

Kwa kuwa Yesu Kristo aliingia ulimwenguni katika mwili, yeye ndiye "jamaa wa karibu" wa Adamu na anatimiza sifa ya kwanza.

Pili, mkombozi ni lazima asiwe mzao wa Adamu.

Ili mtu aweze kuwakomboa wengine kutoka kwa dhambi zao, lazima yeye mwenyewe asiwe mtenda dhambi. Wazao wote wa Adamu, ambaye yeye mwenyewe alikuwa mtenda dhambi kupitia kwa kutotii kwake, ni wenye dhambi. Kwa hivyo kulingana na sheria inayohusu ukomboaji wa ardhi, mkombozi ni lazima asiwe mzao wa Adamu.

Katika Ufunuo 5:1-3 kuna yafuatayo:

Kisha nikaona katika mkono wa kuume wake yeye aliyeketi juu ya kile kiti cha enzi kitabu kilichoandikwa ndani na nyuma, kimetiwa muhuri saba. Nikaona malaika mwenye nguvu akihubiri kwa sauti kuu, N'nani astahiliye kukifungua kitabu, na kuzivunja muhuri zake? Wala hapakuwa na mtu mbinguni, wala juu ya nchi, wala chini ya nchi, aliyeweza kukifungua hicho kitabu, wala kukitazama.

Hapa, hicho kitabu kimetiwa muhuri saba inarejelea agano lililowekwa kati ya Mungu na shetani baada ya Adamu kukosa kutii, na yule "astahiliye kukifungua kitabu, na kuzivunja muhuri zake" lazima atimize sifa zifaazo kulingana na sheria inayohusu ukomboaji wa ardhi. Wakati mtume Yohana alipoangalia ni yule ambaye angekifungua kitabu na kuzivunja mihuri zake, hakuweza kuona yeyote.

Yohana akatazama juu mbinguni na hakukuwa na watu ila malaika. Akatazama duniani na akawaona wazao wa Adamu peke yao, wenye dhambi wote. Aliangalia chini duniani na akaona wenye dhambi peke yake waliopangiwa jehanamu na viumbe wa shetani. Yohana alilia na kulia kwa sababu hakuna aliyepatikana na sifa zifaazo kulingana na sheria inayohusu ukomboaji wa ardhi.

Kisha mmoja wa wazee akamfariji Yohana, akamwambia "Usilie; tazama, Simba aliye wa kabila ya Yuda, Shina la Daudi, yeye ameshinda apate kukifungua kile kitabu, na zile muhuri zake saba" (kif.5). Hapa, "simba wa kabila ya Yuda, Shina la Daudi" inamrejelea Yesu, ambaye ni wa kabila la Yuda na wa nyumba ya Daudi; Yesu Kristo ana sifa zinazofaa kuwa mkombozi kulingana na sheria inayohusu ukomboaji wa ardhi.

Kutoka Mathayo 1:18-21, tunapata masimulizi ya kina ya kuzaliwa kwa Bwana wetu:

Kuzaliwa kwake Yesu Kristo kulikuwa hivi. Mariamu mama yake alipokuwa ameposwa na Yusufu, kabla hawajakaribiana, alionekana ana mimba kwa uweza wa Roho Mtakatifu. Naye Yusufu, mumewe, kwa vile alivyokuwa mtu wa haki, asitake kumwaibisha, aliazimu kumwacha kwa siri. Basi alipokuwa akifikiri hayo, tazama, malaika wa Bwana alimtokea katika ndoto, akisema, Yusufu, mwana wa Daudi, usihofu kumchukua Mariamu mkeo, maana mimba yake ni kwa uweza wa Roho Mtakatifu. Naye atazaa mwana, nawe utamwita jina lake Yesu, maana, yeye ndiye atakayewaokoa watu wake na dhambi zao."

Sababu iliyomfanya Mwana wa pekee wa Mungu Yesu Kristo aje ulimwenguni kama mwili (Yohana 1:14) kupitia kwa tumbo la Bikira Maryamu ni kwamba ilikuwa ni lazima Yesu awe mwanamume lakini si wa uzao wa Adamu, ili aweze kuwa na sifa zifaazo kulingana na sheria inayohusu ukomboaji wa ardhi.

Tatu, mkombozi lazima awe na uwezo.

Tuseme ndugu mdogo amekuwa maskini na auze ardhi yake, na kakake mkubwa awe anataka kuikomboa hiyo ardhi kwa ajili ya mdogo wake. Basi, huyo kaka mkubwa lazima apate mali ya kutosha kuikomboa hiyo ardhi (Walawi 25:26). Vivyo hivyo, kama huyo ndugu mdogo ana deni kubwa na kakake mkubwa anataka kumlipia hilo deni, huyo kaka mkubwa anaweza kufanya hivyo anapokuwa na "mali ya kutosha," sio tu nia njema.

Vivyo hivyo, ili mtu aweze kumbadilisha mwenye dhambi na awe mwenye haki, ni lazima awe na "mali ya kutosha" au uwezo. Hapa, uwezo wa kukomboa ardhi unarejelea uwezo wa kukomboa watu wote kutoka kwa dhambi. Kwa maneno mengine, mkombozi wa wanadamu wote mwenye sifa zinazostahili kulingana na sheria inayohusu ukomboaji wa ardhi, hawezi kuwa na dhambi yoyote ndani yake.

Kwa kuwa Yesu Kristo si mzao wa Adamu, hana dhambi asili. Tena Yesu Kristo hana dhambi zozote alizozifanya mwenyewe kwa kuwa alifuata sheria yote wakati wa miaka 33 ya maisha yake duniani. Alipashwa tohara siku ya nane baada ya kuzaliwa na kabla huduma yake ya miaka mitatu, Yesu aliwatii na kuwapenda wazazi wake kikamilifu, na akafuata amri zote kwa kujitolea.

Ndiyo sababu Waebrani 7:26 inatuambia, "Maana ilitupasa sisi tuwe na kuhani mkuu wa namna hii aliye mtakatifu, asiyekuwa na uovu, asiyekuwa na waa lo lote, aliyetengwa na wakosaji, aliyekuwa juu kuliko mbingu." Katika 1 Petro 2:22-23, tunapata, "Yeye [Kristo] hakutenda dhambi, wala hila haikuonekana kinywani mwake. Yeye alipotukanwa, hakurudisha matukano; alipoteswa, hakuogofya; bali alijikabidhi kwake yeye ahukumuye kwa haki."

Nne, mkombozi lazima awe na upendo.

Ili ukomboaji wa ardhi uweze kutimilika, zaidi ya yale masharti matatu yaliyotajwa awali, upendo unatakiwa. Bila upendo, kaka mkubwa anayeweza kukomboa ardhi kwa ajili ya mdogo wake hatakomboa hiyo ardhi. Hata kama kaka mkubwa ndiye tajiri mkubwa zaidi katika nchi huku ndugu yake mdogo ana deni kubwa sana, bila upendo kaka mkubwa hataweza kumsaidia ndugu yake mdogo. Uwezo na utajiri wa huyo kaka mkubwa utakuwa na faida gani kwa yule ndugu mdogo?

Katika Ruthu 4 kuna kisa cha Boazi, aliyekuwa anajua vizuri sana juu ya hali ambamo Naomi mamavyaa wa Ruthu alijipata. Boazi alipomwuliza yule "jamaa wa karibu-mkombozi" aukomboe urithi wa Naomi, jamaa wa karibu-mkombozi alijibu, "Mimi sitaweza kulikomboa kwa nafsi yangu, nisije nikauharibu urithi wangu mwenyewe. Basi haki yangu ya kulikomboa ujichukulie wewe, maana mimi sitaweza kulikomboa" (kif. 6). Kisha Boazi, katika upendo wake mwingi, aliikomboa ile ardhi kwa ajili ya Naomi. Baadaye, Boazi alibarikiwa sana na kuwa babu wa Daudi.

Yesu, alikuja ulimwenguni katika mwili, hakuwa mzao wa Adamu kwa sababu alitungwa na Roho Mtakatifu na hakufanya dhambi yoyote. Kwa sababu hiyo, alikuwa na "namna (mali) ya kutosha" kutukomboa. Kama Yesu hakuwa na upendo, hangekuwa amevumilia uchungu wa kusulubishwa. Lakini, Yesu alikuwa amejaa upendo hivi kwamba alisulubishwa na viumbe tu, akamwaga damu yake yote, na akawakomboa wanadamu, hivyo basi akaifungua njia ya wokovu. Haya ndiyo matokeo ya upendo usiokuwa na kipimo wa Baba yetu Mungu na sadaka ya Yesu aliyekuwa mtiifu hadi kufa.

Sababu ya Yesu Kuangikwa juu ya Mti

Kwa nini Yesu aliangikwa juu ya msalaba wa mbao? Alifanya hivyo kutosheleza sheria ya ulimwengu wa kiroho, inayoamuru kwamba "Kristo alitukomboa katika laana ya Torati, kwa kuwa alifanywa laana kwa ajili yetu; maana imeandikwa, Amelaaniwa kila mtu aangikwaye juu ya mti'" (Wagalatia 3:13). Yesu aliangikwa juu ya mti kwa niaba yetu ili atukomboe sisi wenye dhambi kutoka kwa "laana ya torati."

Walawi 17:11 inatuambia, "Kwa kuwa uhai wa mwili u katika hiyo damu; nami nimewapa ninyi hiyo damu juu ya madhabahu, ili kufanya upatanisho kwa ajili ya nafsi zenu." Waebrania 9:22 inasema, "Na katika Torati karibu vitu vyote husafishwa kwa damu, na pasipo kumwaga damu hakuna ondoleo." Damu ni uhai kwa sababu "hakuna ondoleo" pasipo kumwaga damu. Yesu alimwaga damu yake ya thamani isiyokuwa na mawaa ili tupate uzima.

Zaidi ya hayo, kwa kupitia mateso yake msalabani, waamini wanawekwa huru kutoka kwa laana ya magonjwa, udhaifu, umaskini, na mambo kama hayo. Kwa kuwa Yesu aliishi katika umaskini alipokuwa hapa duniani, alituondolea umaskini wetu. Kwa kuwa Yesu alipigwa mijeledi, sisi tuko huru na magonjwa yetu yote. Kwa kuwa Yesu alivaa taji ya miba, alitukomboa kutoka kwa dhambi tunazozifanya na mawazo yetu. Kwa kuwa Yesu aligongomewa misumari mikononi na miguuni mwake ili atukomboe kutoka kwa dhambi zetu zote tunazozifanya kwa mikono na miguu yetu.

Kumwamini Bwana ni Kubadilika na Kuingia katika Ukweli

Watu wanaofahamu kwa kweli upaji wa msalaba na kuuamini kutoka vilindi vya mioyo yao watajiondolea dhambi na waishi kwa mapenzi ya Mungu. Kama Yesu anavyotuambia katika Yohana 14:23, "Mtu akinipenda, atalishika neno langu; na Baba yangu atampenda; nasi tutakuja kwake, na kufanya makao kwake," watu kama hao watapokea upendo wa Mungu na baraka zake.

Kwa nini basi, watu wanaokiri imani yao kwa Bwana hawapokei majibu ya maombi yao na wanaishi katikati ya majaribu na mateso? Hiyo ndiyo sababu, hata kama wanaweza kusema kwamba wanamwamini Mungu, Mungu haiangalii imani yao kama imani ya kweli. Hii maanake ni kwamba, hata ingawa wamesikia neno la Mungu, bado hawajajiondolea dhambi zao na kubadilika na kuingia katika ukweli.

Kwa mfano, kuna waamini wengi wasiohesabika ambao hushindwa kutii Amri Kumi, kanuni muhimu za maisha ndani ya Kristo. Watu kama hao wanajua amri "Ikumbuke siku ya Sabato na uitakase." Lakini, wanahudhuria tu ibada ya asubuhi peke yake au wasihudhurie ibada yoyote kabisa na wanafanya kazi zao wenyewe katika siku ya Bwana. Wanajua wanapaswa kutoa mafungu ya kumi, lakini kwa sababu wanapenda pesa sana wanashindwa kutoa mafungu yote. Wakati Mungu alipotuambia kwamba kushindwa kutoa mafungu yote ya kumi ni "kumwibia" yeye, wanawezaje kupokea majibu na baraka (Malaki 3:8)?

Halafu kuna wale waamini wasiosamehe makosa au lawama. Wanakasirika na kuunda mipango ya kulipiza kiwango kile kile cha uovu. Wengine huweka ahadi lakini huzivunja kila wakati, huku wengine wakilaumu na kulia, kama tu vile watu wa ulimwengu wanavyofanya. Ni kwa namna gani watasema wana imani ya kweli?

Kama tuna imani ya kweli, ni lazima tujitahidi kufanya mambo yote kulingana na mapenzi ya Mungu, tujiepushe na kila aina ya uovu, na tufanane na Bwana wetu aliyetoa uhai wake mwenyewe kwa ajili yetu sisi wenye dhambi. Watu kama hao wanaweza kusamehe na kupenda wale wanaowachukia na kuwaumiza, na siku zote watumike na kujitoa kwa ajili ya wengine.

Unapoondoa hasira kali, utabadilika na kuwa aina ya mtu ambaye midomo yake itasema tu maneno ya wema na uzuri. Kama awali ulilalamika kuhusu kila tukio, kwa imani ya kweli utageuka na kutoa shukrani katika kila hali na kushirikisha neema kwa wote walio karibu nawe.

Kama kweli tunamwamini Bwana, kila mmoja wetu lazima afanane naye na aishi maisha ya kubadilishwa. Hii ndiyo njia ya kupokea majibu ya Mungu na baraka zake.

Barua ya Waebrania 12:1-2 inatuambia:

> Basi na sisi pia, kwa kuwa tunazungukwa na wingu kubwa la mashahidi namna hii, na tuweke kando kila mzigo mzito, na dhambi ile ituzingayo kwa upesi, na tupige mbio kwa saburi katika yale mashindano yaliyowekwa mbele yetu, tukimtazama Yesu, mwenye kuanzisha na mwenye kutimiza imani yetu, ambaye kwa ajili ya furaha iliyowekwa mbele yake aliustahimili msalaba na kuidharau aibu, naye ameketi mkono wa kuume wa kiti cha enzi cha Mungu.

Mbali na mababu wengi wa imani tunaowapata katika Biblia, kati ya wale walio karibu nasi, kuna watu wengi ambao wamepokea wokovu na baraka kwa imani yao katika Bwana wetu.

Natuwe na imani ya kweli kama "wingu kubwa la mashahidi."

Natutupe mbali kila kitu kinachotutatiza na ile dhambi inayotuzinga upesi, na tujitahidi kufanana na Bwana wetu! Ni wakati huo peke yake, kama Yesu anavyotuahidi katika Yohana 15:7, "Ninyi mkikaa ndani yangu, na maneno yangu yakikaa ndani yenu, ombeni mtakalo lote nanyi mtatendewa, ndipo kila mmoja wetu ataishi maisha yaliyojaa majibu yake na baraka zake.

Kama bado hujaanza kuishi maisha kama hayo, geuka uyatazame maisha yako, rarua moyo wako na utubu kwa kutoamini Bwana kisahihi, na uamue kuishi kwa neno la Mungu peke yake.

Naomba kila mmoja wenu awe na imani ya kweli, aone uwezo wa Mungu, na amtukuze sana kwa majibu yako na baraka zako zote, katika jina la Bwana wetu Yesu Kristo ninaomba!

Ujumbe wa 3
Chombo Kizuri Zaidi Kuliko Kito

2 Timotheo 2:20-21

Basi katika nyumba kubwa
havimo vyombo vya dhahabu na fedha tu,
bali na vya mti, na vya udongo;
vingine vina heshima, vingine havina.
Basi ikiwa mtu amejitakasa kwa kujitenga na hao,
atakuwa chombo cha kupata heshima,
kilichosafishwa, kimfaacho Bwana,
kimetengenezwa kwa kila kazi iliyo njema

Mungu alimuumba mwanadamu ili aweze kuvuna watoto wa kweli ambao angekuwa na ushirika wa upendo wa kweli nao. Lakini, watu wakatenda dhambi, wakapotoka kutoka kwa lengo la kweli la kuumbwa kwao, na wakawa watumwa wa adui ibilisi na Shetani (Warumi 3:23). Mungu wa upendo, hata hivyo, hakuacha lengo la kuvuna watoto wa kweli. Akafungua njia ya wokovu kwa watu waliopatikana katikati ya dhambi. Mungu alimtoa Mwanawe mmoja wa pekee Yesu akasulubishwa msalabani ili aweze kuwakomboa wanadamu wote kutoka dhambini.

Kwa upendo huu wa kushangaza ukiambatana na sadaka kuu, kwa ajili ya kila mmoja atakayemwamini Yesu Kristo njia ya wokovu imefunguliwa. Kwa yeyote atakayeamini moyoni mwake kwamba Yesu alikufa na kufufuka kutoka kaburini na akiri na midomo yake kwamba Yesu ni Mwokozi wake, atapewa haki kama mwana wa Mungu.

Watoto Wapendwa wa Mungu Wanafananishwa na "Vyombo"

Kama 2 Timotheo 2:20-21 inavyosema, "Basi katika nyumba kubwa havimo vyombo vya dhahabu na fedha tu, bali na vya mti, na vya udongo, vingine vina heshima, vingine havina. Basi ikiwa mtu amejitakasa kwa kujitenga na hao, atakuwa chombo cha kupata heshima, kilichosafishwa, kimfaacho Bwana, kimetengenezwa kwa kila kazi iliyo njema," lengo la chombo ni kutiliwa vitu. Mungu anafananisha watoto wake na "vyombo" kwa sababu katika hivyo anaweza kujaza upendo wake na neema, na neno lake ambalo ni kweli, na pia uwezo wake na mamlaka. Kwa hivyo, ni lazima tutambue kwamba kutegemea na aina ya vyombo tunavyotayarisha, tunaweza kufurahia kila aina vipawa vizuri na baraka ambazo Mungu ametutayarishia.

Basi mtu anayeweza kupewa baraka zote alizotayarisha Mungu ni chombo aina gani? Ni chombo ambacho Mungu anakitazama kama chombo chenye thamani, chenye heshima, na kizuri.

Kwanza, chombo cha "thamani" ni yule mtu anayetimiza kazi yake aliyopewa na Mungu. Yohana Mbatizaji aliyemtayarishia njia bwana wetu Yesu, na Musa aliyewaongoza Waisraeli kutoka Misri ni wa kundi hili.

Linalofuata, chombo cha "heshima" ni chombo chenye sifa kama uaminifu, ukweli, uthabiti, usahihi, ambazo zote kwa watu wa kawaida ni sifa adimu. Yusufu na Daniel, ambao wote walikuwa na vyeo sawa na waziri mkuu wa nchi zenye uwezo na wakamtukuza Mungu sana, wako katika kundi hili.

Mwisho, chombo "kizuri" mbele za Mungu ni chombo chenye moyo mzuri asiyegombana au kubishana bali hukubali na kuvumilia vitu vyote katika ukweli. Esta aliyewaokoa watu wa nchi yake na Ibrahimu aliyeitwa "rafiki" wa Mungu wako katika hili kundi.

"Chombo kizuri zaidi kuliko kito" ni mtu mwenye sifa zinazostahili kuchukuliwa na Mungu kuwa mtu wa thamani, heshima, na mzuri. Kito kilichofichwa katikati ya changarawe hutambulika mara moja. Vivyo hivyo, watu wote wa Mungu walio wazuri zaidi kuliko vito hutambulika bila shaka yoyote.

Vito vingi viko ghali vikilinganishwa na saizi yao, lakini kumetameta kwao na rangi zao mbalimbali na za kipekee huvutia watu wanaotafuta uzuri. Hata hivyo, si mawe yote yanayometameta huchukuliwa kuwa vito. Vito halisi lazima pia viwe na rangi na fahari, na pia uthabiti. Hapa, "'uthabiti" unarejelea uwezo wa kitu kustahamili joto, kutochafuliwa kinaposhikana na vitu vingine, na kuhifadhi umbo lake. Jambo lingine muhimu ni uhaba wake.

Kama kuna chombo chenye mng'aro mzuri, uthabiti, na

uhaba, chombo hicho kitakuwa cha thamani, heshima, na kizuri sana? Mungu anataka watoto wake wawe vyombo vizuri zaidi kuliko vito na anawataka waishi maisha ya kubarikiwa. Mungu anapovumbua vyombo kama hivyo, humwaga ndani ya vyombo hivyo ishara za upendo wake na furaha, kwa wingi.

Tunawezaje kuwa vyombo vizuri zaidi kuliko vito machoni mwa Mungu?

Kwanza, ni lazima utimize utakaso wa moyo wako na neno la Mungu, ambalo hilo ndilo kweli.

Ili chombo kiweze kutumiwa kulingana na lengo lake asili, juu ya vyote lazima kiwe kisafi. Hata chombo cha ghali, cha dhahabu hakiwezi kutumiwa kikiwa kina matone matone na kinanuka. Ni wakati tu peke yake chombo hicho cha ghali cha dhahabu kinaposafishwa kwenye maji ndipo kinaweza kutumiwa kulingana na lengo lake.

Sheria hiyo hiyo inafanya kazi hata kwa watoto wa Mungu. Mungu ametayarisha baraka nyingi na vipawa mbalimbali, baraka za utajiri na afya, na vingine kama hivyo, kwa ajili ya watoto wake. Ili tuweze kupokea baraka na vipawa hivyo, ni lazima kwanza tujitayarishe kama vyombo safi.

Tunapata katika Yeremia 17:9, "Moyo huwa mdanganyifu kuliko vitu vyote, una ugonjwa wa kufisha; nani awezaye kuujua??" Pia tunapata katika Mathayo 15:18-19, ambapo Yesu anasema, "Bali vitokavyo kinywani vyatoka moyoni; navyo ndivyo vimtiavyo mtu unajisi. Kwa maana moyoni hutoka mawazo mabaya, uuaji, uzinzi, uasherati; wivi, ushuhuda wa uongo, na matukano." Kwa hivyo, ni wakati tu peke yake tunaposafisha moyo yetu ndipo tunaweza kuwa vyombo visafi.

Tunapokuwa vyombo visafi, hakuna hata mmoja wetu atakayefikiria juu ya "mawazo maovu," atakayesema maneno maovu, au kufanya matendo maovu.

Kusafishwa kwa mioyo yetu kunawezekana tu peke yake na maji ya kiroho, neno la Mungu. Hiyo ndiyo sababu anatuhimiza katika Waefeso 5:26 ili makusudi alitakase [sisi], na kulisafisha[sisi] kwa maji katika neno," na katika Waebrania 10:22 anahimiza kila mmoja wetu "na tukaribie wenye moyo wa kweli, kwa utimilifu wa imani, hali tumenyunyiziwa mioyo tuache dhamiri mbaya, tumeoshwa miili kwa maji safi."

Basi maji ya kiroho - neno la Mungu - yanatusafisha namna gani? Ni lazima tutii amri mbalimbali zinazopatikana katika vitabu sitini na sita vya Biblia ambavyo vinafanya kazi ya "kusafisha" mioyo yetu. Kutii amri kama hizo kama "Usifanye" na "Acha" hatimaye kutatufanya tujiondolee vitu vyote vilivyo vya dhambi na uovu.

Tabia ya wale waliotakasa mioyo yao na neno lake pia itabadilika na iangaze nuru ya Kristo. Hata hivyo, kutii neno hakuwezi kutimizwa na nguvu za mtu na mapenzi yake mwenyewe peke yake; Roho Mtakatifu lazima amwongoze na kumsaidia.

Tunaposikia na kuelewa Neno, na kufungua mioyo yetu, na kumkubali Yesu kama Mwokozi wetu, Mungu hutupatia Roho Mtakatifu kama kipawa. Roho Mtakatifu hukaa ndani ya watu wanaomkubali Yesu kama Mwokozi wao, na huwasaidia kusikia na kuelewa neno la kweli. Maandiko yanatuambia kwamba, "Kilichozaliwa kwa mwili ni mwili; na kilichozaliwa kwa Roho ni roho" (Yohana 3:6). Watoto wa Mungu wanaopokea Roho Mtakatifu kama kipawa wanaweza kujiondolea dhambi na uovu kila siku kwa uwezo wa Roho Mtakatifu, na kuwa watu wa kiroho.

Je, kuna mtu yeyote kati yenu aliyefadhaika na kuwa na wasiwasi, akifikiri, 'Nitafuata amri hizi zote namna gani?'

1 Yohana 5:2-3 inatukumbusha, "Katika hili twajua kwamba twawapenda watoto wa Mungu, tumpendapo Mungu, na

kuzishika amri zake. Kwa maana huku ndiko kumpenda Mungu, kwamba tuzishike amri zake; wala amri zake si nzito." Ukiwa unampenda Mungu kutoka kilindi cha moyo wako, kutii amri zake hakuwezi kuwa kugumu.

Wazazi wanapozaa watoto wao, huangalia kila kipengele cha mtoto wao pamoja na kumlisha, kumvisha, kumwosha, na mengine kama hayo. Kwa upande mmoja, kama wazazi wanatunza watoto wasiokuwa wao, inaweza kuwa mzigo. Kwa upande mwingine, kama wazazi wanatunza watoto wao wenyewe, haiwezi kuwa mzigo. Hata mtoto akiamka na kulia usiku wa manane, wazazi hawasikii kusumbuliwa; humpenda mtoto wao tu sana. Kumfanyia kitu mpendwa ni chanzo cha furaha kubwa na raha; si vigumu wala haviudhi. Vivyo hivyo, kama kweli tunaamini kwamba Mungu ndiye Baba wa roho zetu, na katika upendo wake usiopimika, alimtoa Mwanawe wa pekee asulubishwe msalabani kwa ajili yetu, kwa nini tusimpende? Licha ya hayo, kama tunampenda Mungu, kuishi kwa neno lake hakuweze kuwa kugumu. Badala yake, itakuwa ugumu na vya kutia uchungu tunapokuwa hatuishi kwa neno la Mungu na kutii mapenzi yake.

Nilikuwa nimeugua magonjwa mbalimbali kwa miaka saba

mpaka dadangu mkubwa akanipeleka kwa nyumba ya Mungu. Kupitia kwa kupokea moto wa Roho Mtakatifu na kuponywa magonjwa yangu yote wakati ule nilipopiga magoti mle nyumbani mwa Mungu, nilikutana na Mungu aliye hai. Jambo hili lilikuwa tarehe 17 Aprili, 1974. Kuanzia hapo, nilianza kuhudhuria aina zote za ibada nikijawa na shukrani kwa neema ya Mungu. Novemba ya mwaka huo, nilihudhuria mkutano wangu wa kwanza wa uvuvio ambapo nilianza kujifunza Neno Lake, kanuni muhimu za maisha ndani ya Kristo.

'Aa, hivi ndivyo Mungu alivyo!'
'Lazima niache dhambi zangu zote.'
'Ninapoamini hivi ndivyo vinavyofanyika!'
'Ni lazima niache kuvuta sigara na kunywa pombe.'
'Napaswa kuomba bila kukoma.'
'Kutoa fungu la kumi ni lazima,
 na sipaswi kuja mbele za Mungu mikono mitupu.'

Kwa wiki nzima, nilipokea neno na "Amina!" peke yake moyoni mwangu.

Baada ya mkutano huo wa uvuvio, nikaacha kuvuta sigara na kunywa pombe, na nikaanza kutoa fungu la kumi na sadaka za

Mwandishi Dr. Jaerock Lee

shukrani. Pia nilianza kuomba alfajiri na polepole nikawa mtu wa kuomba. Nilifanya vilevile nilivyojifunza, na pia nikaanza kusoma Biblia.

Niliponywa magonjwa na udhaifu wangu wote, ambayo sikuweza kuponya ugonjwa hata mmoja wao na njia za kilimwengu, lakini kwa uwezo wa Mungu mara moja. Kwa hivyo nikaweza kuamini kabisa kila kifungu na sura ya Biblia. Kwa kuwa nilikuwa mchanga katika imani wakati huo, kulikuwa na sehemu nyingine za Maandiko ambazo sikuweza kuelewa kirahisi. Lakini, amri nilizoweza kuelewa nilianza kuzitii mara moja. Kwa mfano, Biblia iliponiambia nisidanganye, nami nilijiambia, "Kudanganya ni dhambi! Biblia inaniambia lazima nisidanganye, kwa hivyo sitadanganya." Pia niliomba, "Mungu, tafadhali nisaidie niache kudanganya kwa kughafilika!" Sio kwamba nilikuwa nimedanganya watu na moyo mwovu, lakini hata hivyo niliomba bila kukoma ili niweze kuacha hata kudanganya kwa kughafilika.

Watu wengi hudanganya, na wengi wao hawatambui kwamba wanadanganya. Wakati mtu ambaye hutaki kuzungumza naye katika simu anapokuita, je, kwa njia ya kutopenda, umewahi kuwaambia watoto wako, wafanyakazi wenza, au marafiki "mwambieni siko"? Watu hudanganya kwa sababu "wanawahurumia" wengine. Watu kama hao hudanganya wakati kwa mfano, wanapoulizwa kama wangetaka chochote cha kula au kunywa wakati wanapowatembelea wengine. Hata ingawa hawajala au wana kiu wageni ambao hawataki kuwa "mzigo" mara nyingi huwambia wenyeji wao, "La, asante. Nimekula au (nimekunywa) kabla kuja hapa." Hata hivyo, baada ya kujua kwamba kudanganya hata na nia njema bado kulikuwa kudanganya, niliomba bila kukoma kuacha kudanganya na mwishowe niliweza kuacha hata uongo wa kughafilika.

Licha ya hayo, niliandika orodha ya kila jambo ovu na la dhambi nililokuwa natakiwa niliache, na nikaomba. Ni wakati tu peke yake niliposhawishika kwamba kwa kweli nilikuwa nimeacha tabia moja mbovu na ya dhambi au tendo baada ya lingine, ndipo nilikata jambo hilo kwa kalamu nyekundu. Kama kulikuwa na lolote ovu au la dhambi ambalo haikuwa rahisi kwangu kuliacha hata baada ya maombi yaliyoamuliwa, nilianza kufunga bila kukawia. Kama singeweza kufanya hivyo baada ya siku tatu za mfungo, niliongeza mfungo hadi siku tano. Niliporudia dhambi ileile, basi nilianza mfungo wa siku saba. Hata hivyo, ni nadra sana nilipolazimika kufunga kwa wiki; baada ya siku tatu za mfungo, niliweza kuacha dhambi nyingi na uovu. Jinsi nilivyoacha uovu kupitia kurudia taratibu kama hizo, ndivyo nilivyozidi kuwa chombo kisafi zaidi.

Miaka mitatu baada ya kukutana na Bwana, niliacha kila kitu kilichokosa kulitii neno la Mungu na nikaweza kuangaliwa kama chombo kisafi machoni mwake. Zaidi ya hayo, niliposhika amri kwa kuwajibika na kujitahidi, pamoja na "Ya kufanya" na "Ya kushika," niliweza kuishi kwa neno lake katika muda mfupi. Nilipokuwa nikibadilika na kuwa chombo safi, Mungu alinibariki kwa wingi. Jamaa yangu ilipokea baraka za afya. Niliweza kulipa madeni yote mara moja. Nilipokea baraka za kimwili na za kiroho. Hii ni kwa sababu, Biblia inatuhakikishia ifuatavyo: "Wapenzi, mioyo yetu isipotuhukumu, tuna ujasiri kwa Mungu; na lo lote tuombalo, twalipokea kwake, kwa kuwa twazishika amri zake, na kuyatenda yapendezayo machoni pake." (1 Yohanan 3:21-22).

Pili, ili uwe chombo kizuri zaidi kuliko kito, ni lazima "usafishwe kwa moto" na uangaze nuru ya kiroho.

Johari za ghali juu ya pete na mikufu wakati mmoja zilikuwa chafu. Hata hivyo, zimesafishwa kwa watia nakshi na kutoa nuru ya kung'ara na zina maumbo mazuri.

Kama tu vile watia nakshi stadi wanavyokata, kung'arisha, na kusafisha kwa moto hizi johari na kuzigeuza na kuwa maumbo mazuri sana zenye fahari, vivyo hivyo Mungu huwatia nidhamu watoto wake. Mungu huwatia nidhamu sio kwa sababu ya dhambi zao, bali ili kwa kupitia nidhamu hiyo aweze kuwabariki kimwili na hata kiroho. Machoni mwa watoto wake ambao hawajatenda dhambi au kufanya makosa yoyote, inaweza kuonekana kwamba hawana budi kuvumilia uchungu na mateso ya majaribu. Huu ni utaratibu ambao kwao Mungu huwafunza na kuwatia nidhamu watoto wake ili waweza kuangazia rangi na fahali nzuri zaidi. 1 Petro 2:19 inatukumbusha kwamba, "Maana huu ndio wema hasa, mtu akivumilia huzuni kwa kumkumbuka Mungu, pale ateswapo isivyo haki." Pia tunasoma kwamba, "ili kwamba kujaribiwa kwa imani yenu, ambayo ina thamani kuu kuliko dhahabu ipoteayo, ijapokuwa hiyo hujaribiwa kwa moto, kuonekane kuwa kwenye sifa na utukufu na heshima, katika kufunuliwa kwake Yesu Krito" (1 Petro 1:7).

Hata ingawa watoto wa Mungu tayari wameacha kila aina ya uovu na kuwa vyombo vilivyotakaswa, wakati wa kuchagua kwake, Mungu huwaruhusu watiwe nidhamu na kujaribiwa ili watoke kama vyombo vizuri zaidi kuliko vito. Nusu ya mwisho ya 1 Yohana 1:5 inapotuambia, "Mungu ni nuru, wala giza lo lote hamna ndani yake," kwa sababu Mungu ni nuru yenye utukufu yenyewe bila mawaa au kasoro, huongoza watoto wake hadi kwa kiwango kilekile cha nuru..

Kwa hivyo, unaposhinda majaribu yoyote yanayoruhusiwa na Mungu katika uzuri na upendo, utakuwa chombo cha kung'ara na kizuri zaidi. Kiwango cha mamlaka ya kiroho na uwezo kiko tofauti kulingana na ukali wa nuru ya kiroho. Zaidi ya hayo, nuru ya kiroho inapong'ara, adui ibilisi na Shetani hawana mahali pa kusimama.

Katika Marko 9 ni mandhari ambamo Yesu alitoa pepo mchafu kutoka kwa mvulana ambaye babake alimwomba Yesu amponye. Yesu akamkemea huyo pepo mchafu. "Ewe pepo bubu na kiziwi, mimi nakuamuru, mtoke huyu, wala usimwingie tena" (kif. 25). Yule pepo mchafu akamtoka yule mvulana, na akawa mzima tena. Kabla ya mandhari hiyo ni kisa kingine ambamo baba alimleta mwanawe kwa wanafunzi wa Yesu nao wakashindwa kumtoa huyo pepo mchafu. Hiyo ni kwa sababu kiwango cha nuru ya kiroho cha wanafunzi na kiwango cha nuru ya kiroho cha Yesu vilikuwa tofauti.

Basi ni lazima tufanye nini ili tuweze kuingia katika kiwango cha nuru ya kiroho cha Yesu? Tunaweza kuwa washindi katika majaribu yoyote kwa kushikilia kumwamini Mungu, kushinda uovu kwa wema, na hata kumpenda adui. Mara tu wema wako, upendo, na haki vikionekana vya kweli, kama Yesu, unaweza kutoa pepo wachafu na kuponya magonjwa yoyote na udhaifu wowote.

Baraka kwa ajili ya Vyombo Vizuri Zaidi Kuliko Vito

Ninapokuwa nikitembea katika njia ya imani kwa miaka hii yote, pia nimevumilia majaribu yasiyoweza kuhesabika. Kwa mfano, niliposhitakiwa na kipindi kimoja cha runinga miaka michache iliyopita, nilivumilia jaribu lililokuwa na uchungu na maumivu kama mauti. Kama makosano, watu waliopokea neema kupitia kwangu na wengine wengi ambao nilikuwa nimewachukulia kama wa karibu sana kama jamaa zangu kwa muda mrefu walinisaliti.

Kwa watu wa ulimwengu, nilikuwa mtu wa kukosa kueleweka na wa kulaumiwa, huku washiriki wengi wa Manmini waliteseka na kuteswa kimakosa. Hata hivyo, mimi na washiriki wa Manmini tulishinda jaribu hilo na wema na tulipokuwa tunamwachia Mungu kila kitu, tulimsihi Mungu wa upendo na rehema awasamehe.

Licha ya hayo, sikuwachukia au kuwaacha wale walioondoka

na kutatiza kanisa. Katikati ya hili jaribu kali sana, niliamini kwa imani kwamba Baba Mungu alinipenda. Hivi ndivyo nilivyokabiliana hata na wale waliokuwa wamefanya uovu, kwa wema na upendo peke yake. Kama vile mwanafunzi anavyopokea kutambulika kwa ajili ya jitihada zake na kustahili kwake kupitia kwa mtihani, mara tu imani yangu, wema, upendo, na haki vilipopata kutambuliwa na Mungu, alinibariki kufanya na kudhihirisha uwezo wake zaidi na zaidi.

Baada ya hilo jaribu, alifungua mlango ambao kupitia kwa huo nilikuwa nitakamilisha misheni ya ulimwengu. Mungu alifanya kazi ili makumi elfu, mamia elfu, na hata mamilioni ya watu waliweza kukusanyika katika injili za nchi za ng'ambo nilizoendesha, na alikuwa pamoja nami na uwezo wake unaovuka mipaka ya wakati na nafasi.

Nuru ya kiroho ambayo kwa hiyo Mungu hutuzunguka ina mwangaza mwingi zaidi na ni nzuri kuliko vito vyovyote vya ulimwengu huu. Mungu huwaangalia wale watoto wake anaowazunguka na ile nuru ya kiroho kuwa vyombo vizuri zaidi kuliko vito.

Kwa hivyo, naomba kila mmoja wenu akamilishe utakaso

upesi na awe chombo kinachoangaza nuru ya kiroho iliyothibitishwa na majaribu na ni nzuri zaidi kuliko kito, ili apate kupokea kila anachoomba na aishi maisha ya baraka, katika jina la Bwana wetu Yesu Kristo ninaomba!

Ujumbe wa 4
Nuru

1 Yohana 1:5

Na hii ndiyo habari
tuliyoisikia kwake,
na kuihubiri kwenu,
ya kwamba Mungu ni nuru,
wala giza lo lote hamna ndani yake.

Kuna aina nyingi za nuru na katika kila moja yapo kuna ule uwezo wake wa ajabu. Juu ya yote, huangaza giza, huleta joto, na huua bakteria au kuvu wenye madhara. Ikiwa na nuru, mimea inaweza kuendeleza maisha kupitia kwa usanidinuru.

Hata hivyo, kuna nuru za kimwili tunazoona na macho yetu na kuzigusa, na nuru ya kiroho ambayo hatuwezi kuiona wala kuigusa. Kama vile nuru ya kimwili ilivyo na uwezo mwingi, katika nuru ya kiroho kuna uwezo mwingi usioweza kuhesabika. Nuru inapong'aa usiku, giza hupotea mara moja.

Vivyo hivyo, nuru ya kiroho inapong'ara maishani mwetu, giza la kiroho hupotea mara moja tunapotembea katika upendo na rehema za Mungu. Kwa kuwa giza la kiroho ndilo shina la magonjwa na matatizo nyumbani, kazini, na katika uhusiano, hatuwezi kupata tulizo la kweli. Hata hivyo, nuru ya kiroho inapong'ara juu ya maisha yetu, matatizo ambayo yamezidi kiwango cha ujuzi na maarifa ya mwanadamu yanaweza kutatuliwa na matakwa yetu yote yakajibiwa.

Nuru ya Kiroho

Nuru ya kiroho ni nini na inafanya kazi namna gani? Tunapata katika nusu ya mwisho ya 1 Yohana 1:5 kwamba, "Mungu ni nuru, wala giza lo lote hamna ndani yake," na katika Yohana 1:1, "Neno lilikuwa Mungu." Kwa kifupi, "nuru" haimrejelei Mungu mwenyewe tu peke yake, lakini pia neno lake ambalo ndio kweli, wema na upendo. Kabla vitu vyote havijaumbwa, katika ukubwa wa ulimwengu Mungu alikuwako peke yake na hakuwa na umbo lolote. Mungu alikaa katika ulimwengu kama muungano wa nuru na sauti. Nuru kali, tukufu na nzuri ilizunguka ulimwengu wote na kutoka kwa nuru hiyo kulitoka sauti sanifu, wazi, na kubwa.

Mungu ambaye alikuwako kama nuru na sauti aliunda upaji wa ukuzaji wa wanadamu ili apate kuvuna watoto wa kweli. Kisha akavaa umbo moja, akajitenga katika Utatu, na kwa mfano wake mwenyewe akamuumba mwanadamu. Hata hivyo, kiini cha Mungu bado ni hiyo nuru na ile sauti, na bado anafanya kazi katika hiyo nuru na hiyo sauti. Hata ingawa yuko katika umbo la mwanadamu, katika umbo hilo kuna nuru na sauti ya uwezo wake usiokuwa na mipaka.

Zaidi ya uwezo wa Mungu, kuna vipengele vingine vya ukweli, vinavyojumuisha upendo na wema katika hii nuru ya kiroho. Vitabu sitini na sita katika Biblia ni mkusanyiko wa ukweli wa nuru ya kiroho unaotamkwa katika sadu. Kwa maneno mengine, "nuru" inarejelea amri zote na vifungu katika Biblia kuhusu wema, haki, na upendo, pamoja na "Pendaneni," "Ombeni bila kukoma," "Shika Sabato," "Tii Amri Kumi," na nyingine kama hizo.

Tembea Katika Nuru ili Uweze Kukutana na Mungu

Huku Mungu akiwa anasimamia ulimwengu wa nuru, adui ibilisi na shetani anasimamia ulimwengu wa giza. Licha ya hayo, kwa kuwa adui ibilisi na Shetani humpinga Mungu, watu wanaoishi katika ulimwengu wa giza hawawezi kukutana na Mungu. Kwa hivyo, ili uweze kukutana na Mungu, na matatizo mbalimbali maishani mwako yatatuliwe, na upokee majibu, ni lazima utoke upesi katika ulimwengu wa giza na uingie katika ulimwengu wa nuru.

Katika Biblia tunapata amri nyingi za "fanya." Zinajumuisha

"Pendaneni," "Tumikianeni," "Ombeni," "Shukuruni," na nyingine kama hizo. Pia kuna amri za "Shika," zinazojumuisha "Shika Sabato," "Shika Amri Kumi," "Shika amri za Mungu," na nyingine kama hizo. Kisha kuna amri nyingi za "Usifanye," zinazojumuisha, "Usidanganye," "Usichukie," "Usitafute uzuri wako mwenyewe," "Usiombe sanamu," "Usiibe," "Usiwe na wivu," "Usihusudu," "Usisengenye," na nyingine kama hizo. Pia kuna amri za "acha," zinazojumuisha "Acha kila aina ya uovu," "Weka kando husuda na wivu," "Acha tamaa," na nyingine kama hizo.

Kwa upande mmoja, kutii amri hizi za Mungu ni kuishi katika nuru, tukifanana na Bwana wetu, na kufanana na Baba Mungu. Kwa upande mwingine, ukiwa hufanyi vile Mungu anavyokuambia, ukiwa hushiki yale anayokwambia ushike, ukifanya yale anayokuambia usifanye, na ukiwa hutaweka kando yale anayokuambia uweke kando, utaendelea kubaki katika giza. Kwa hivyo, kukumbuka kwamba kutotii neno la Mungu maanake ni kwamba tuko katika ulimwengu wa giza unaosimamiwa na adui ibilisi na Shetani, ni lazima siku zote tuishi kwa neno lake na tutembee katika nuru.

Ushirika na Mungu Tunapotembea katika Nuru

Kama nusu ya mwisho ya, 1 Yohana 1:7 inavyotuambia, " Tukienenda nuruni, kama yeye alivyo katika nuru, twashirikiana sisi kwa sisi," ni wakati tu peke yake tunapoenenda na kukaa katika nuru ndipo tunaweza kuambiwa kwamba tuna ushirika na Mungu.

Kama vile ambavyo kuna ushirika kati ya baba na wanawe, sisi pia lazima tuwe na ushirika na Mungu, Baba wa roho zetu. Hata hivyo, ili tuweze kuanzisha na kuendeleza ushirika na yeye, ni lazima tutimize matakwa mamoja: weka dhambi kando kwa kutembea katika nuru. Hiyo ndiyo sababu, "Tukisema ya kwamba twashirikiana naye, tena tukienenda gizani, twasema uongo, wala hatuifanyi iliyo kweli" (1 Yohana 1:6).

"Ushirika" si wa upande mmoja. Kwa kuwa unamjua mtu fulani, hilo halimaanishi kwamba una ushirika na huyo mtu. Ni wakati tu peke yake ambapo pande zote zinakaribiana vya kutosha kujua, kuamini, kutegemea na kuzungumza pamoja ndipo kunaweza kuwa na "ushirika" kati ya hizo sehemu mbili.

Kwa mfano, wengi wenu wanamjua mfalme au raisi wa nchi zenu. Haijalishi unaweza kuwa unajua vizuri juu ya raisi, kama hakujui, hakuna ushirika kati yako na huyo raisi. Licha ya hayo, katika ushirika kuna vina tofauti vinavyouhusu. Nyote wawili mnaweza kuwa tu marafiki; nyote wawili mnaweza kuwa karibu vya kutosha kuulizana mnaendeleaji mara kwa mara; au, nyote wawili mnaweza kuwa na uhusiano wa ndani ambamo mnaweza kuambiana hata siri za ndani kabisa.

Vivyo hivyo ndivyo ushirika na Mungu ulivyo. Ili uhusiano wetu na yeye uwe ushirika wa kweli, Mungu lazima atujue na kutukiri. Tukiwa na ushirika wa ndani na Mungu, hatutakuwa wagonjwa au wanyonge, na hakutakuwa na kitu chochote ambacho hatutapata majibu yake. Mungu anataka kuwapatia watoto wake mambo bora zaidi pekee. Anatwambia katika Kumbukumbu la Torati 28 kwamba tunapomtii Mungu wetu kikamilifu na tufuate amri zake zote kwa uangalifu. tutabarikiwa tunapoingia na tutabarikiwa tunapotoka; tutakopesha lakini sisi hatutakopeshwa na mtu yeyote; na tutakuwa vichwa na wala si mikia.

Bababa wa Imani Waliokuwa na Ushirika wa Kweli na Mungu

Daudi ambaye Mungu alimwangalia kama "mtu anayeupendeza moyo wangu" (Matendo 13:22), alikuwa na ushirika wa aina gani na yeye? Daudi alimpenda Mungu, akamwogopa, na kumtegemea kabisa wakati wote. Alipokuwa anamkimbia Sauli au kwenda kupigana, siku zote Daudi alimwuliza Mungu afanye nini, kama mtoto amwombavyo mzazi wake ana kwa ana akisema, "Je, niende? Niende wapi?" na akafanya kama Mungu alivyomwamuru. Licha ya hayo, Mungu siku zote alimpa Daudi majibu ya upole na ya kina, na Daudi alipofanya kama alivyoambiwa na Mungu alipata ushindi baada ya ushindi (2 Samweli 5:19-25).

Daudi aliweza kufurahia uhusiano mzuri na Mungu kwa sababu, alimpendeza Mungu na imani yake. Kwa mfano, mapema katika ufalme wa Sauli, Wafilisti walivamia Israeli. Wafilisti waliongozwa na Goliathi, aliyedhihaki majeshi ya Israeli na akalikufuru na kulidharau jina la Mungu. Lakini hakuna mtu hata mmoja kutoka kwa kambi ya Israeli aliyethubutu kumpinga Goliathi. Wakati huo, hata ingawa Daudi alikuwa bado kijana mdogo, alienda kukabiliana na Goliathi bila silaha. Alikuwa na mawe matano laini kutoka katika kijito kwa sababu alimwamini Mungu mwenye nguvu zote wa Israeli na kwamba hivyo vita vilikuwa ni vya Mungu (1 Samweli 17). Mungu alifanya kazi hivi kwamba jiwe la Daudi likampiga Goliathi kwenye kipaji chake. Baada ya Goliathi kufa, mambo yakageuka, na Israeli ikapata ushindi kamili.

Kwa sababu ya imani yake thabiti, Mungu alimwangalia Daudi kama "mtu anayeupendeza moyo wangu," na kama vile baba mwenye uhusiano wa ndani na mwanawe wanavyoweza kujadili kila jambo, Daudi aliweza kupata kila kitu Mungu akiwa upande wake.

Pia Biblia inatuambia kwamba Mungu alinena na Musa ana kwa ana. Kwa mfano, Musa alipomwuliza Mungu kwa ujasiri kwamba amwonyeshe uso wake, Mungu alikuwa na ari ya kumpa kila alichoomba (Kutoka 33:18). Musa aliwezaje kuwa na uhusiano wa karibu na wa ndani na Mungu?

Punde tu baada ya Musa kuwatoa Waisraeli kutoka Misri, alifunga na kuwasiliana na Mungu kwa siku arobaini juu ya Mlima Sinai. Musa alipokawia kurudi, Waisraeli walitengeneza sanamu ambayo wangeweza kuabudu. Mungu alipoona haya, akamwambia Musa kwamba angewaharibu Waisraeli na kisha angemfanya Musa awe taifa kubwa (Kutoka 32:10).

Hapo Musa akamsihi Mungu: "Geuka katika hasira yako kali, ughairi uovu huu ulio nao juu ya watu wako" (Kutoka 32:12). Kesho yake akamsihi Mungu tena: "Aa! Watu hawa wametenda dhambi kuu wamejifanyia miungu ya dhahabu. Walakini sasa, ikiwa utawasamehe dhambi yao – na kama sivyo, unifute, nakusihi, katika kitabu chako ulichoandika!" (Kutoka 32:31-32). Maombi haya ni maombi ya ari na upendo wa kushangaza!

Zaidi ya hayo, tunapata katika Hesabu 12:3, "Basi huyo mtu, huyo Musa, alikuwa mpole sana zaidi ya wanadamu wote waliokuwa juu ya uso wa nchi." Hesabu 12:7 inasema, "Sivyo ilivyo kwa mtumishi wangu, Musa; Yeye ni mwaminifu katika nyumba yangu yote." Akiwa na upendo wake mkuu na moyo mpole, Musa aliweza kuwa mwaminifu katika nyumba yote ya Mungu na akafurahia ushirika wa ndani na Mungu.

Baraka za Watu Wanaoenenda katika Nuru

Yesu, aliyekuja ulimwenguni kama nuru ya ulimwengu, alifundisha ukweli na injili ya mbinguni peke yake. Watu katika kazi ya giza ambao walikuwa wa adui ibilisi, hata hivyo, hawangeweza kuielewa nuru hata baada ya kuelezwa. Katika upinzani wao, watu katika ulimwengu wa giza hawangeweza kukubali nuru au kupokea wokovu, lakini badala yake walipitia njia ya maangamizi.

Watu wa mioyo mizuri huona dhambi zao, wakazitubu, na kufikia wokovu kupitia kwa nuru ya kweli. Kwa kufuata matakwa ya Roho Mtakatifu, pia huzaa roho kila siku na kuenenda katika nuru. Kwao wao, kukosa hekima au uwezo sio tatizo tena. Wataanzisha ushirika na Mungu ambaye ndiye nuru, na wapokee sauti na uangalizi wa Roho Mtakatifu. Kisha kila kitu kitaenda vizuri kwao na watapokea hekima kutoka mbinguni. Hata kama wana matatizo magumu kama utando wa buibui, hakuna linaloweza kuwazuia kutatua matatizo hayo na hakuna kizuizi kinachoweza kuziba njia yao kwa sababu Roho Mtakatifu atawafundisha kila hatua watakayochukua njiani.

Kama 1 Wakorintho 3:18 inavyotuhimiza, "Mtu asijidanganye mwenyewe. kama mtu akijiona kuwa mwenye hekima miongoni mwenu katika dunia hii, na awe mpumbavu, ili apate kuwa mwenye hekima," ni lazima tutambue kwamba hekima ya ulimwengu mbele za Mungu ni upumbavu.

Licha ya hayo, kama Yakobo 3:17 inavyotuambia, "Lakini

hekima itokayo juu, kwanza ni safi, tena ni ya amani, ya upole, tayari kusikiliza maneno ya watu, imejaa rehema na matunda mema, haina fitina, haina unafiki." Tunapokamilisha utakaso na kuingia katika nuru, hekima kutoka mbinguni itatushukia.

Tunapoenenda katika nuru, pia tutafikia kiwango ambacho katika hicho tunakuwa na furaha hata tunapokuwa wahitaji, na hatuhisi kwamba tunakosa chochote hata kama tunahitaji kweli.

Mtume Paulo anakiri katika Wafilipi 4:11, "Si kwamba nasema haya kwa kuwa nina mahitaji; maana nimejifunza kuwa radhi na hali yo yote niliyo nayo." Vivyo hivyo, tukienenda katika nuru tutakamilisha amani ya Mungu, ambayo kwa hiyo amani na furaha vitabubujika na kufurika ndani yetu. Watu wanafanya amani na wengine hawatagombana au kuwa na uhasama na jamaa yao. Badala yake, upendo na neema vinapofurika mioyoni mwao, maungamo ya shukrani hayataisha midomoni mwao.

Zaidi ya hayo, tunapoenenda katika nuru na kufanana na Mungu jinsi tutakavyoweza, kama anavyotuambia katika 3 Yohana 1:2, "Mpenzi naomba ufanikiwe katika mambo yote na kuwa na afya yako, kama vile roho yako ifanikiwavyo," hakika hatutapokea tu baraka za ufanisi peke yake katika kila kitu, bali pia mamlaka, uwezo, na uwezo wa Mungu ambaye ndiye Nuru. Baada ya Paulo kukutana na Bwana na kutembea katika nuru, Mungu alimwezesha kudhihirisha uwezo wa kushangaza kama mtume kwa watu wa Mataifa. Hata ingawa Stefano au Filipo hakuwa nabii au mmoja wa wanafunzi wa Yesu, bado Mungu alifanya kazi kubwa kupitia kwao. Katika Matendo 6:8, tunapata kwamba "Na Stefano, akijaa neema na uwezo, alikuwa akifanya maajabu na ishara kubwa katika watu." Katika Matendo 8:6-7, pia tunapata, "Na makutano kwa nia moja wakasikiliza maneno yale yaliyosemwa na Filipo walipoyasikia na kuziona ishara alizokuwa akizifanya. Kwa maana pepo wachafu wakawatoka wengi waliopagawa nao, wakilia kwa sauti kuu; na watu wengi waliopooza, na viwete, wakaponywa."

Mtu anaweza kudhihirisha uwezo wa Mungu hadi kudikia kiwango cha kutakaswa kwa kuenenda katika nuru na kufanana na Bwana. Kumekuwa na watu wachache tu waliodhihirisha uwozo wa Mungu. Lakini, hata kati ya wale ambao waliweza kudhihirisha uwezo wake, ukuu wa uwezo uliodhihirishwa ulitofautiana kulingana na kiasi ambacho kila mtu alifanana na Mungu ambaye ni nuru.

Je, Ninaishi katika Nuru?

Ili uweze kupokea baraka za kushangaza zilizopewa wale wanaoenenda katika nuru, kila mmoja weru lazima kwanza ajiulize na kujichunguza mwenyewe, "Je, ninaishi katika nuru?" Hata kama huna tatizo au matatizo maalum, unapaswa kujichunguza mwenyewe ili uone kama umeishi maisha ya "uvuguvugu" katika Kristo, au kama hujamsikia au kusimamiwa na Roho Mtakatifu. Kama ni hivyo, ni lazima uamke ktoka kwa usingizi wako wa kiroho.

Ukiwa umeacha kiasi fulani cha uovu, hupaswi kutosheka na hivyo; kama mtoto anavyokomaa na kuwa mtu mzima, wewe nawe lazima ufikie imani ya mababa. Unapaswa kuwa na ushirika wa kina kikuu na Mungu na pia ushirika wa ndani na yeye.

Ukiwa unapiga mbio kuufikia utakaso, ni lazima utambue hata masalio madogo kabisa ya uovu na uyang'oe. Jinsi unavyokuwa na mamlaka zaidi na jinsi unavyokuwa kichwa zaidi, siku zote lazima utumike kwanza na kutafuta maslahi ya wengine. Wengine wanapokuonyesha makosa yako, wakijumuisha hata wadogo kwako, ni lazima uyasikilize. Badala ya kuhisi chuki au kutatizika na kuwatenga wale wanaopotea kutoka kwa njia za wanadamu na kufanya uovu, katika upendo na utu wema lazima uweze kuvumilia na kuwasukuma vikali. Ni lazima usiwadharau au kuwakasirikia. Wala katika haki yako mwenyewe usiwapuuze wengine wala kuharibu amani.

Nimeonyesha upendo na kuwapenda wenye umri mdogo zaidi, maskini zaidi, na wanyonge zaidi kati ya watu. Kama wazazi wanaowajali watoto wao wanyonge na wagonjwa kuliko watoto wenye afya, niliwaombea kwa bidii watu waliokuwa katika hali kama hizo, na sikuwapuuza hata mara moja, na nikajaribu kuwahudumia kutoka ndani ya moyo wangu. Wale wanaotembea katika nuru lazima wawe na huruma hata na watu waliofanya makosa makubwa, na waweze kuwasamehe na kufunika makosa yao badala ya kufunua hatia yao.

Hata katika kufanya kazi ya Mungu, ni lazima usiinue au kufunua uzuri wako mwenyewe au mafanikio, lakini ukiri jitihada za wengine unaofanya kazi pamoja nao. Jitihada zao zinapotambuliwa na kupongezwa, unapaswa kuwa na furaha na raha zaidi.

Je, unaweza kufikiri kwa kiasi gani Mungu angewapenda wale watoto wake ambao mioyo yao imefanana na moyo wa Bwana wetu? Jinsi alivyotembea na Enoki kwa miaka 300, Mungu atatembea na watoto wake wanaofanana naye. Licha ya hayo, hatawapatia tu baraka za afya na kila kitu kuendelea vizuri katika mambo yote, lakini pia uwezo wake ambao kwa huo atawatumia kama vyombo vya thamani.

Kwa hivyo, hata kama unafikiri kwamba una imani na unampenda Mungu, nakuomba uchunguze tena ni kiasi gani cha imani yako na upendo ambayo kwa kweli atayakiri, na kutembea katika nuru ili maisha yako yaweze kububujika na ushahidi wa upendo wake na ushirika naye, katika jina la Bwana wetu Yesu Kristo ninaomba!

Ujumbe wa 5
Uwezo wa Nuru

1 Yohana 1:5

*Na hii ndiyo habari
tuliyoisikia kwake,
na kuihubiri kwenu,
ya kwamba Mungu ni nuru,
wala giza lo lote hamna ndani yake.*

Katika Biblia, kuna visa vingi ambapo watu wengi wasiohesabika walipokea wokovu, uponyaji, na majibu kupitia kwa kazi ya kweli ya kushangaza za uwezo wa Mungu uliodhihirishwa kupitia kwa Mwanawe Yesu. Yesu alipoamuru, magonjwa ya kila aina yaliponywa na udhaifu ulitiwa nguvu na kurejeshwa. Vipofu waliweza kuona, mabubu wakanena, na viziwi wakaanza kusikia. Mwanamume mwenye mkono uliofinyaa aliponywa, viwete wakaanza kutembea tena, na waliopoza walipokea uponyaji. Licha ya hayo, pepo wachafu walitolewa na wafu wakafufuliwa.

Kazi hizi za kushangaza za uwezo wa Mungu zilidhihirishwa sio tu na Yesu peke yake, bali pia na manabii wengi wa wakati wa Agano la Kale na wa Agano Jipya. Kwa kweli, udhihirishaji wa uwezo wa Mungu wa Yesu haungeweza kuwa sawa na ule wa manabii na mitume. Hata hivyo, kwa watu waliofanana na Yesu na Mungu mwenyewe, aliwapa uwezo na kuwatumia kama vyombo vyake. Mungu ambaye ni nuru alidhihirisha uwezo wake kupitia kwa mashemasi Stefano na Filipo kwa sababu walikamilisha utakazo kwa kuenenda katika nuru na kufanana na Bwana.

Mtume Paulo Alidhihirisha Uwezo Mkubwa wa Kuangaliwa kuwa "Mungu"

Kati ya wahusika wote katika Agano Jipya, udhihirishaji wa uwezo wa Mungu wa Mtume Paulo ulikuwa wa pili baada ya ule wa Yesu. Alihubiri injili kwa Mataifa, ambao hawakuwa wanamjua Mungu, ujumbe wa mamlaka ulioambatana na ishara na maajabu. Akiwa na aina hii ya uwezo, Paulo aliweza kutoa ushuhuda juu ya Mungu wa kweli na Yesu Kristo.

Kutoka kwa ukweli kwamba ibada ya sanamu na matabano vilikuwa vimesambaa sana wakati huo, ni lazima kulikuwa na watu kati ya Mataifa waliowadanganya wengine. Kueneza injili kwa watu kama hao kutihitaji udhihirishaji wa kazi za uwezo wa Mungu ambao ulipita kwa mbali uwezo wa matabano ya uongo na kazi ya pepo wachafu (Warumi 15:18-19).

Kutoka Matendo 14:8 kuendelea ni mandhari ambamo mtume Paulo alihubiri injili katika eneo lililoitwa Listra. Paulo alipomwamuru mwanamume ambaye alikuwa kilema maisha yake yote, "Simama kwa miguu yako sawasawa!" huyo mwanamume akasimama na akaanza kutembea (Matendo 14:10). Watu walipoona haya, walisema, "Miungu wametushukia kwa mifano ya wanadamu." (Matendo 14:11). Katika Matendo 28 ni mandhari ambamo mtume Paulo alifika kisiwani Malta baada ya kuvunjikiwa na meli. Alipokusanya tita la kuni na kuliingiza motoni, nyoka, aliyetolewa na joto, alilingalinga mkono wake. Watu wa kisiwa hicho walipoona hivyo, walitarajia kwamba atafura au aanguke afe kwa ghafla, lakini walipoona kwamba hakuna jambo lililofanyika kwa Paulo, watu walisema kwamba yeye ni mungu (kif.6).

Kwa kuwa mtume Paulo alikuwa na moyo halisi machoni mwa Mungu, aliweza kudhihirisha kazi ya uwezo wake hata watu wakamwangalia kama "mungu."

Uwezo wa Mungu Ambaye ni Nuru

Uwezo unatolewa si kwa sababu mtu anautaka; unatolewa tu kwa wale wanaofanana na Mungu na ambao wamekamilisha utakaso Peke yao. Hata leo, Mungu anatafuta watu ambao anaweza kuwapatia uwezo wake ili awatumie kama vyombo vya utukufu. Hiyo ndiyo maana Marko 16:20 inatukumbusha kwamba, "Nao wale wakatoka, wakahubiri kotekote, Bwana akitenda kazi pamoja nao, na kulithibitisha lile neno kwa ishara zilizofuatana nalo." Pia Yesu alisema katika Yohana 4:48, "Msipoona ishara na maajabu hamtaamini kabisa?"

Kuwaongoza watu wasiohesabika wapate wokovu kunataka uwezo kutoka mbinguni ambao unaweza kudhihirisha ishara na maajabu, ambavyo humtolea ushuhuda Mungu aliye hai. Katika kipindi ambacho dhambi na uovu vinaendelea kuongezeka, ishara na maajabu vinahitajika zaidi.

Tunapotembea katika nuru na kuwa na umoja wa roho na Baba yetu Mungu, tunaweza kudhihirisha ukuu wa uwezo uliodhihirishwa na Yesu. Hii ni kwa sababu Bwana wetu ameahidi, "Amin, amin, nawaambieni, yeye aniaminiye mimi, kazi nizifanyazo mimi, yeye naye atazifanya; naam, na kubwa kuliko hizo atafanya, kwa kuwa mimi naenda kwa Baba" (Yohana 14:12).

Mtu yeyote akidhihirisha aina ya uwezo wa ulimwengu wa kiroho ambao unawezekana tu kwa Mungu peke yake, basi anapaswa kutambuliwa kama Mungu. Kama Zaburi 62:11 inavyotukumbusha, "Mara moja amenena Mungu; Mara mbili nimeyasikia haya, Ya kuwa nguvu zina Mungu," adui ibilisi na

Shetani hawawezi kudhihirisha aina ya uwezo ambao ni wa Mungu. Kwa kweli, kwa sababu wao ni viumbe wa kiroho wana uwezo wa juu wa kudanganya watu na kuwalazimisha kumpinga Mungu. Ukweli mmoja hata hivyo, hubaki kwa hakika: hakuna kiumbe mwingine yeyote ambaye anaweza kuigiza uwezo wa Mungu, ambao kwao hudhibiti uhai, kifo, baraka, laana na historia ya wanadamu, na kuumba kitu bila kutumia chochote. Uwezo ni wa ulimwengu wa Mungu ambaye ndiye nuru, na unaweza kudhihirishwa na wale waliokamilisha utakaso na kufikia kigezo cha imani ya Yesu Kristo peke yao.

Tofauti kati ya Mamlaka ya Mungu, Nguvu, na Uwezo

Katika kuupangia au kuta nguvu za Mungu, watu wengi hulinganisha mamlaka na nguvu, au nguvu ya uwezo; hata hivyo, kuna tofauti bayana kati ya haya matatu.

"Nguvu" ni uwezo wa imani ambayo kwa hiyo jambo lisilowezekana kwa mwanadamu kwa Mungu lawezekana. "Mamlaka" ni uwezo wenye taadhima, heshima, na utukufu ambao Mungu ameuweka, na katika ulimwengu wa kiroho hali ya kuwa bila dhambi ni uwezo. Kwa maneno mengine, mamlaka ni utakaso wenyewe, na watoto wa Mungu waliotakaswa ambao wameacha uovu na uongo sawasawa katika mioyo yao wanaweza kupokea mamlaka ya kiroho.

Basi, "uwezo" ni nini? Ni nguvu na mamlaka ya Mungu ambayo huwapa wale ambao wamejiepusha na kila aina ya uovu na watakaswe.

Chukua kisa hiki kama mfano. Kama dereva ana "nguvu" za kuendesha gari, kisha ofisa wa trafiki anayeelekeza magari ana "mamlaka" kusimamisha magari yoyote. Mamlaka haya - ya kusimamisha na kurudisha magari yoyote barabarani - yamepewa huyo ofisa wa serikali. Kwa hivyo, hata ingawa dereva ana "nguvu" za kuendesha gari, lakini kwa kuwa hana "mamlaka" ya ofisa wa trafiki, ofisa anapomwambia dereva asimame au aende, dereva lazima asikize.

Hapo njiani, mamlaka na nguvu hutofautiana, na mamlaka na nguvu yanapochanganywa, huyaita uwezo. Katika Mathayo 10:1, tunapata kwamba "Akawaita wanafunzi wake kumi na wawili, akawapa amri juu ya pepo wachafu, wawatoe, na kupoza magonjwa yote na udhaifu wa kila aina." Uwezo unachanganya "mamlaka" ya kutoa pepo wachafu na "nguvu" za kuponya magonjwa yote na udhaifu wote.

Tofauti kati ya Kipawa cha Uponyaji na Uwezo

Wale ambao hawaujui uwezo wa Mungu ambaye ni nuru mara nyingi huulinganisha na kipawa cha uponyaji. Kipawa cha uponyaji katika 1 Wakorintho 12:9 kinarejelea kazi ya kuunguza magonjwa yakushikishwa na virusi. Hakiwezi kuponya uziwi na ububu unaoletwa na kuharibika kwa viungo vya mwili au kufa kwa chembechembe za neva. Visa magonjwa na udhaifu kama hivyo vinaweza kuponywa na uwezo wa Mungu peke yake na maombi ya imani yanayompendeza. Licha ya hayo, uwezo wa Mungu ambaye ni nuru hudhihirishwa wakati wote, bali kipawa cha uponyaji hakifanyi kazi wakati wote.

Kwa upande mmoja, bila kujali kiwango chao cha utakaso wa mioyo yao, Mungu hutoa kipawa cha uponyaji kwa wale wanaopenda na kuwaombea wengine na roho zao sana, na ambao Mungu anawaangalia kuwa vyombo vijasiri na vya maana. Hata hivyo, kama kipawa cha uponyaji hakitatumiwa kwa utukufu wake bali kitumiwe katika njia isiyofaa na kwa manufaa ya kibinafsi, hakika Mungu atakichukua mwenyewe.

Kwa upande mwingine, uwezo wa Mungu hutolewa kwa wale peke yao waliokamilisha utakaso wa moyo; mara unapotolewa, haudhoofiki au kufinyaa kwa kuwa mpokeaji hatautumia kwa manufaa yake binafsi. Badala yake, jinsi mtu anavyofanana zaidi na moyo wa Bwana, ndivyo Mungu anavyompatia viwango vya juu vya uwezo. Kama moyo na tabia za mtu zimekuwa moja na Bwana, anaweza hata kudhihirisha kazi ileile ya uwezo wa Mungu aliyodhihirisha Yesu mwenyewe.

Kuna tofauti katika njia ambazo uwezo wa Mungu hudhihirishwa. Kipawa cha uponyaji hakiwezi kuponya magonjwa ya kuua au magonjwa adimu na ni vigumu zaidi kwa wale wenye imani hapa kuponywa na kipawa cha uponyaji. Hata hivyo, kwa uwezo wa Mungu ambaye ni nuru, hakuna lisilowezekana. Mgonjwa anapoonyesha hata dhihirisho dogo la imani yake, uponyaji kwa uwezo wa Mungu hutendeka mara moja. Hapa, "imani" inarejelea imani ya kiroho ambayo kwa hiyo mtu huamini kutoka ndani ya moyo wake.

Viwango Vinne vya Uwezo wa Mungu Ambaye ni Nuru

Kupitia kwa Yesu Kristo ambaye ni yeye yule jana na leo, mtu yeyote anayeangaliwa kama chombo kinachofaa machoni mwa Mungu kutadhihirisha uwezo wake.

"Nililia usiku na mchana.
Na nilizidi kuumia
watu waliponitazama
kama 'mtoto mwenye UKIMWI.'"

Bwana aliniponya
na uwezo wake
na akaipatia jamaa yangu furaha.
Sasa nina raha sana!

Esteban Juninka wa Hondurasi, aliyaponywa UKIMWI

Kuna viwango tofauti vinavyodhihirisha uwezo wa Mungu. Jinsi unavyozidi kukamilisha roho, ndivyo utakavyoingia na kupokea kiwango cha juu zaidi cha uwezo. Watu ambao macho yao ya kiroho yalifunguliwa wanaweza kuona viwango tofauti vya uangazaji wa nuru kulingana na kila kiwango cha uwezo wa Mungu. Wanadamu kama viumbe wanaweza kudhihirisha hadi viwango hivyo vinne vya uwezo wa Mungu.

Kiwango cha kwanza cha udhihirishaji wa uwezo wa Mungu kwa nuru nyekundu, ambayo huharibu kwa moto wa Roho Mtakatifu.

Moto wa Roho Mtakatifu ububujikao kutoka kiwango cha kwanza cha uwezo kinachodhihirishwa na nuru nyekundu, huchoma na kuponya magonjwa yanayojumuisha magonjwa yanayoshikishwa na virusi na vidudu vya maradhi. Magonjwa pamoja na saratani, magonjwa ya pafu, kisukari, leukema, magonjwa ya figo, ugonjwa wa baridi, matatizo ya moyo, na UKIMWI yanaweza kuponywa. Hata hivyo, hili halina maana kwamba magonjwa yote hapo juu yanaweza kuponywa katika kiwango cha kwanza cha uwezo. Wale ambao tayari wame vuka mpaka wa maisha alioweka Mungu, kama katika kisa cha daraja la mwisho la saratani au ugonjwa wa pafu, kiwango cha kwanza

"Niliona nuru... Hatimaye nikatoka nje ya njia ya chini kwa chini ya urefu wa miaka kumi na minne... Nilikuwa nimevunjika moyo, lakini nikazaliwa upya kwa uwezo wa Bwana!"

Shama Masaz wa Pakistani, aliyefunguliwa kutoka kwa kupagawa na pepo kwa miaka 14.

cha uwezo hakitaweza kutosha.

Kurejeshwa kwa viungo vya mwili vilivyoharibika au visivyoweza kufanya kazi vizuri vinahitaji uwezo mkuu zaidi ambazo hazitaponya tu peke yake bali pia zitajenga viungo vipya vya mwili. Hata katika hali kama hiyo, kiwango cha udhihirishaji wa imani ya mgonjwa na pia kiwango cha udhihirishaji wa imani ya jamaa yake katika upendo kwake kutaamua kiwango ambacho Mungu atadhihirisha uwezo wake.

Tangu kuanzishwa, kumekuwa na madhihirisho yasiyoweza kuhesabika ya uwezo wa daraja la kwanza kule Kanisa Kuu la Manmini (Manmin Central Church) Watu walipotii neno la Mungu na kupokea maombi, magonjwa ya hali zote na ubaya wote yaliponywa. Watu waliposhika mikono yangu au kugusa mapindo ya nguo zangu, wakapokea maombi kupitia kwa vitambaa nilivyoviombea, na maombi yaliyorekodiwa kama jumbe za simu za kujiendesha, au nilipoombea picha za wagonjwa, tumeshuhudia uponyaji wa Mungu kila wakati.

Kazi katika kiwango cha kwanza cha uwezo haifikii tu kuharibu kwa moto wa Roho Mtakatifu. Hata kwa muda mfupi, mtu anapoomba kwa imani na apate msukumo, aathiriwe na kujazwa na Roho Mtakatifu, mtu yeyote anaweza kudhihirisha kazi kubwa zaidi ya uwezo wa Mungu. Lakini, hili ni tukio la muda na sio ushahidi wa uwezo wa Mungu zilizowekwa ndani ya mtu kwa hali ya kudumu, likifanyika tu anapoona kuwa linafaa kwa mapenzi yake.

Kiwango cha kwanza cha udhihirishaji wa uwezo wa Mungu kwa nuru ya samawati.

Malaki 4:2 inatuambia, "Lakini kwenu ninyi mnaolicha jina langu, jua la haki litawazukia, lenye kuponya katika mbawa zake; nanyi mtatoka nje, na kucheza-cheza kama ndama wa mazizini." Watu ambao macho yao ya kiroho yamefunguliwa wanaweza kuona miale ya nuru iliyofanana na leza ikitoa miali ya uponyaji.

Kiwango cha pili cha uwezo huondoa giza na kuwaweka huru watu waliopagawa na pepo, waliodhibitiwa na Shetani, na kutawaliwa na aina mbalimbali za pepo wachafu. Magonjwa mengi ya kiakili yaletwayo na nguvu za giza, pamoja na autism, kuharibika kwa neva, na magonjwa mengine huponywa na kiwango cha pili cha uwezo.

Aina hizi za magonjwa inaweza kuzuiwa kama "Tutafurahi siku zote" na "kushukuru kwa kila kitu." Badala ya kuwa na furaha siku zote na kushukuru katika hali zote. Ukiwachukia wengine, kuweka hisia mbaya, kuwaza mabaya, na kukasirika haraka, basi utakuwa katika hatari ya kushikwa na magonjwa kama hayo. Nguvu za Shetani, zinazomfanya mtu awe na mawazo maovu na moyo mwovu, hutolewa, magonjwa yote ya kiakili yataponywa yenyewe.

Mara kwa mara, kwa kiwango cha pili cha uwezo wa Mungu, magonjwa na udhaifu wa kimwili huponywa. Magonjwa na udhaifu kama huo, vinavyoletwa na kazi ya pepo na mashetani huponywa na nuru ya kiwango cha pili cha uwezo wa Mungu. Hapa, "udhaifu" unarejelea kuharibika na kupooza kwa viungo vya mwili, kama katika kisa hiki cha wale walio mabubu, viziwi, viwete, vipofu, waliopooza kutoka walipozaliwa

Kutoka Marko 9:14 na kuendelea ni mandhari ambamo Yesu alitoa "pepo kiziwi na bubu" kutoka kwa mvulana (kif. 25). Huyu mvulana alikuwa amekuwa kiziwi na bubu kwa sababu ya pepo mchafu aliyekuwa ndani yake. Yesu alipomtoa huyo pepo, mvulana akapona mara moja.

Vivyo hivyo, kama sababu ya ugonjwa ni nguvu za giza, zikijumuisha pepo, pepo wachafu lazima watolewe ili mgonjwa apate kupona. Mtu akiwa na matatizo katika mfumo wake wa usagaji kama matokeo ya kuharibika kwa neva, sababu lazima ing'olewe kwa kutoa nguvu ya Shetani. Katika magonjwa kama kiharusi na ugonjwa wa baridi, kazi ya nguvu na mabaki ya giza yanaweza pia kupatikana. Wakati mwingine, ingawa uchunguzi wa kimatibabu hauwezi kutambua chochote kibaya cha kimwili, watu huhisi uchungu hapa na pale milini mwao.

Mwanamke mzee kutoka Kenya alitembea baada ya maombi kutoka kwenye mimbari.

Ninapomwombea mtu yeyote auguaye hali kama hii, wengine ambao macho yao ya kiroho yamefunguliwa mara nyingi huona nguvu ya giza katika maumbo ya wanyama ambao ni chukizo wakitoka mwilili mwa mgonjwa.

Zaidi ya hizo nguvu za giza zinazopatikana katika magonjwa na udhaifu, kiwango cha pili cha uwezo wa Mungu, ambaye ni nuru, kinaweza pia kutoa nguvu za giza zinazopatikana nyumbani, kwenye biashara, na kazini. Mtu anayeweza kudhihirisha kiwango cha pili cha uwezo wa Mungu anapowatembelea wale wanaoteswa nyumbani na matatizo kazini na katika biashara, giza linapotolewa na nuru kuja juu ya watu, baraka kulingana na matendo yao huja juu yao.

Kufufua wafu au kufisha mtu kulingana na mapenzi ya Mungu pia ni kazi ya kiwango cha pili cha uwezo wa Mungu. Visa vifuatavyo viko katika kundi hili: mtume Paulo kumfufua Yutiko (Matendo 20:9-12); Anania na Safira kumdaganya mtume Petro na laana iliyofuata iliyosababisha vifo vyao (Matendo 5:1-11); na Elisha kuwalaani watoto ambako pia kulisababisha vifo vyao (2 Wafalme 2:23-24).

Hata hivyo, kuna sababu za kimsingi katika kazi za Yesu na zile za mtume Paulo na Petro na Nabii Elisha. Hatimaye, Mungu kama Bwana wa roho zote lazima aruhusu kama huyo mtu ataishi au achukuliwe. Lakini, kwa Yesu na Mungu ni mmoja,

*"Hata sikutaka kuutazama mwili wangu
uliokuwa umeungua vibaya...*

*Nilipokuwa peke yangu,
Alinijia,
akaninyoshea mkono wake,
na kuniweka ubavuni mwake...*

*Kwa upendo wake na kujitolea
Nimepokea maisha mapya...
Je, kuna jambo lolote
Ambalo siwezi kumfanyia Bwana?"*

Shemasi Mkuu Eundeuk Kim,
aliyeponywa kiwango cha tatu cha
kuchomeka
kutoka utosi hadi wayo.

kile alichopenda Yesu ndicho alichopenda Mungu. Hii ndiyo sababu Yesu aliweza kufufua wafu kwa kuwaamuru kwa neno lake (Yohana 11:43-44), lakini manabii na mitume wengine walilazimika kuomba kwa ajili ya mapenzi ya Mungu na uthibitisho wake ili wafufue wafu.

Kiwango cha tatu cha uwezo ni udhihirishaji wa uwezo wa Mungu kwa nuru nyeupe au isiyokuwa na rangi, na inaambatana na aina zote za ishara na kazi ya uumbaji.

Katika kiwango cha tatu cha uwezo wa Mungu ambaye ni nuru, aina zote za ishara na pia kazi za uumbaji hudhihirishwa. Hapa "ishara" zinarejelea uponyaji ambao kwao vipofu huona, mabubu husema, na viziwi husikia. Viwete husimama na kutembea, miguu mifupi huongezwa, na kiharusi cha watoto wachanga au ugonjwa wa kupooza huponywa kabisa. Viungo vya mwili vilivyolemaa au kuharibika tangu kuzaliwa hurejeshwa. Mifupa iliyovunjwavunjwa hurejeshwa pamoja tena, mifupa iliyopotea huumbwa tena, ndimi fupi hukua, na kano huunganishwa tena. Licha ya hayo, kwa kuwa nuru za kiwango cha kwanza, cha pili, na cha tatu cha uwezo wa Mungu hudhihirishwa kwa wakati mmoja katika kiwango cha tatu kama lazima, hakuna ugonjwa na udhaifu utakaoleta matatizo.

Hata kama mtu amezikwa kutoka utosini hadi wayoni na chembechembe zake za damu au misuli imechomeka, au hata kama nyama imepikwa kwa kuchemshwa, Mungu anaweza kuumba upya. Kwa kuwa Mungu anaweza kuumba kitu bila kutumia chochote, hawezi tu kuunganisha vitu visivyo na uhai kama vile mitambo, bali pia viungo vya mwili wa mwanadamu vinavyougua.

Kule Kanisa Kuu la Manmini (Manmin Central Church), kupitia kwa maombi ya vitambaa au maombi yaliyorekodiwa kama jumbe za simu za kujiendesha, viungo vya ndani ambavyo vilikuwa havifanyi kazi vizuri au vimeharibiwa vibaya hurejeshwa. Huku pafu zilizoharibiwa kinyama zikiponywa, figo na maini yanayohitaji kubadilishwa huanza kufanya kazi kawaida, katika kiwango cha tatu cha uwezo wa Mungu, kazi ya uwezo wa uumbaji hudhihirishwa bila kikomo.

Kuna jambo moja ambalo lazima litofautishwe waziwazi. Kwa upande mmoja, kama kazi ya kiungo cha mwili ambacho kimekuwa dhaifu imerejeshwa, hiyo ni kazi ya kiwango cha kwanza cha uwezo wa Mungu. Kwa upande mwingine, kama kazi ya kiungo cha mwili ambacho hakijapata nafasi ya kupona imefufuliwa au kuumbwa upya, hiyo ni kazi ya kiwango cha tatu cha uwezo wa Mungu, uwezo wa uumbaji.

Kiwango cha nne cha uwezo ni udhihirishaji wa uwezo wa Mungu kwa nuru ya dhahabu; na ni ukamilifu wa uwezo.

Kama tunavyoweza kusema kwa kazi ya uwezo iliyodhihirishwa na Yesu, kiwango cha nne cha uwezo husimamia mambo yote, hutawala hali ya anga, na hata huamuru vitu visivyokuwa na uhai vitii. Katika Mathayo 21:19, Yesu alipolaani mtini, tunapata kwamba, "Mtini ukanyauka mara." Kutoka Mathayo 8:23 na kuendelea kuna mandhari ambamo Yesu alikimea upepo na mawimbi, na vikatulia kabisa. Hata asilia na vitu visivyo na uhai kama upepo na bahari vilitii kama Yesu alivyoviamuru.

Wakati mmoja Yesu alimwambia Petro aende maji mengi, na atupe nyavu ashike samaki, na Petro alipotii, alishika samaki wengi sana hata nyavu zake zikaanza kupasuka (Luka 5:4-6). Wakati mwingine, Yesu akamwambia Petro "enenda baharini ukatupe ndoana, ukatwae samaki yule azukaye kwanza; na ukifumbua mdomo wake utaona shekeli. Iichukue hiyo ukawape kwa ajili yangu na kwa ajili yako" (Mathayo 17:24-27).

Kama Mungu alivyoumba vitu vyote ulimwenguni kwa neno lake, Yesu alipoamuru ulimwengu, ulimtii na ukawa halisi. Vivyo hivyo, mara tunapokuwa na imani ya kweli, tutakuwa na hakika

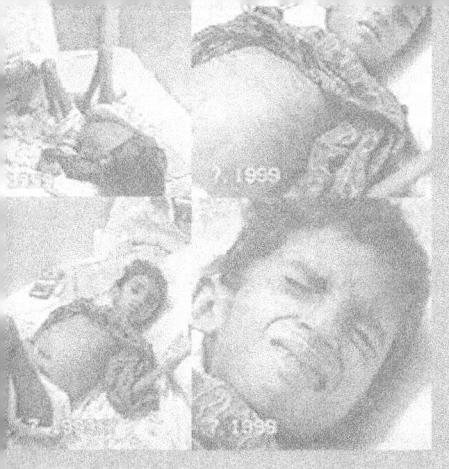

"Inaumiza sana...
"Inaumiza sana
kwamba siwezi kufumbua macho
yangu...
Hakuna mtu aliyejua kile
nilichokuwa nikihisi,
lakini Bwana alijua yote
na akaniponya."

Cynthia wa Pakistani, aliyeponywa ugonjwa wa seliaki na ileasi.

ya kile tunachotarajia na hakika na kile ambacho hatukioni (Waebrania 11:1), na kazi ya uwezo inayoumba vitu vyote bila kutumia chochote itadhihirishwa.

Zaidi ya hayo, katika kiwango cha nne cha uwezo wa Mungu, kazi inadhihirishwa ya kuvuka wakati na nafasi.

Kati ya udhihirisho wa uwezo wa Mungu wa Yesu, mchache wake ulivuka mipaka ya wakati na nafasi. Kutoka Marko 7:24 na kuendelea kuna mandhari ambamo mwanamke alimwomba Yesu amponye binti yake aliyekuwa amepagawa na pepo. Yesu alipoona unyenyekevu na imani ya yule mwanamke, alimwambia, "Kwa sababu ya neno hilo, enenda zako, pepo amemtoka binti yako" (kif. 29). Yule mwanamke aliporudi nyumbani, alimpata mtoto wake akiwa amelala kitandani na yule pepo alikuwa ameenda.

Hata ingawa Yesu hakutembelea kila mgonjwa binafsi, alipoona imani ya wagonjwa na kuamuru, uponyaji unaovuka mipaka ya wakati na nafasi ulifanyika.

Yesu kutembea juu ya maji, ambayo ni kazi ya uwezo ambayo yeye peke yake alidhihirisha, pia inatoa ushuhuda wa ukweli kwamba kila kitu ulimwenguni kiko chini ya mamlaka ya Yesu.

Zaidi ya hayo, Yesu anatuambia katika Yohana 14:12, "Amin, amin, nawaambieni, yeye aniaminiye mimi, kazi nizifanyazo mimi, yeye naye atazifanya; naam, na kubwa kuliko hizo atafanya, kwa kuwa mimi naenda kwa Baba." Kama alivyotuhakikishia, kwa kweli kazi ya kushangaza ya uwezo wa Mungu zinadhihirishwa kule Kanisa Kuu la Manmini (Manmin Central Church) leo.

Kwa mfano, maajabu mbalimbali ambamo hali ya anga hugeuzwa hufanyika. Ninapoomba, kufumba na kufumbua mvua nzito hupusa; wingu jeusi hupungua; na anga isiyo na wingu lolote kufumba na kufumbua hujaa mawingu. Pia kumekuwa na visa visivyohesabika ambamo vitu visivyo na uhai vilitii maombi yangu. Hata katika kisa cha kuvuta gesi ya sumu ya kaboni monoksidi, dakika moja au mbili baada ya amri yangu, mtu aliyekuwa amepoteza fahamu alipona na hakuwa na athari zozote. Nilipomwombea mtu aliyekuwa amechomeka kiwango cha tatu, "Hisia za kuchomeka, hama uende," huyo mtu hakusikia uchungu wowote tena.

Zaidi ya hayo, kazi ya uwezo wa Mungu inayovuka mipaka ya wakati na nafasi hufanyika kwa ukuu zaidi na kwa wingi zaidi. Kisa cha Cynthia, binti Kasisi Wilsoo John Gil, mchungaji mkuu wa Kanisa la Manmini la Pakistani (Pakistan Manmin Church) hasa kinakumbukwa sana. Madaktari walikuwa wamepoteza matumaini yao yote juu ya Cynthia. Lakini nilipoomba juu ya picha yake kule Seoul, Korea, msichana huyo alipona upesi wakati ule nilipomwombea kutoka umbali wa maelfu ya maili.

Katika kiwango cha nne cha uwezo, uwezo wa kuponya magonjwa, kufukuza nguvu za giza, kuonyesha ishara ya maajabu, na kuamuru vitu vyote vitii – mchanganyiko wa kazi ya kiwango cha kwanza, cha pili, cha tatu, na cha nne cha uwezo – hudhihirishwa.

Uwezo wa Juu Zaidi wa Uumbaji

Biblia inanakili udhihirishaji wa Yesu wa uwezo ambao uko juu ya kiwango cha nne cha uwezo. Kiwango hiki cha uwezo, Uwezo wa Juu Zaidi, ni cha Muumba. Uwezo huu haudhihirishwi katika kiwango kimoja ambacho wanadamu wanaweza kudhihirisha uwezo wake. Badala yake, hutoka katika nuru asili iliyoangaza wakati Mungu alipokuwako peke yake.

Katika Yohana 11, Yesu alimwamuru Lazaro, aliyekuwa amemaliza siku nne tangu afe na ambaye mwili wake ulikuwa unatoa harufu mbaya sana, "Lazaro, toka nje!" Kwa amri yake, huyo mfu akatoka nje, mikono na miguu yake ikiwa imefungwa sanda ya kitani, na kichwa chake kimefungwa leso (kif. 43-44). Baada ya mtu kuondoa kila aina ya uovu, na kutakasika, kufanana na moyo wa Baba Mungu, na kugeuzwa kuwa roho kamilifu, ataingia katika ulimwengu wa kiroho. Jinsi anavyozidi kupata ujuzi wa ulimwengu wa kiroho, ndivyo udhihirishaji wake wa uwezo wa Mungu utakavyoinuka juu ya kiwango cha nne.

Wakati huo, hufika kiwango cha uwezo, uwezo ambao unaweza tu kudhihirishwa na Mungu peke yake, ambayo ni Uwezo wa Juu Zaidi wa Uumbaji. Mwanadamu anapotimiza haya kikamilifu, kama wakati Mungu alipoumba kila kiru ulimwenguni kwa amri yake, pia naye atadhihirisha kazi za ajabu za uumbaji.

Kwa mfano, anapoamuru kipofu, "Fungua macho yako," macho ya kipofu yatafunguka mara moja. Anapomwamuru bubu, "Nena!" kufumba na kufumbua bubu atanena. Anapomwamuru kiwete, "Simama," huyo kiwete atatembea na kupiga mbio. Anapoamuru, makovu na viungo vya mwili vilivyokuwa vinaoza vitarejeshwa..

Hii inatimizwa na nuru na sauti ya Mungu, aliyekuwako kama nuru na sauti tangu wakati haujaanza. Wakati uwezo wa uumbaji usiokuwa na mwisho ulio katika nuru unapovutwa mbele na sauti, nuru hushuka na kazi ikadhihirishwa. Hii ndiyo njia ya watu, ambao wamevuka mpaka wa uhai alioweka Mungu, na magonjwa na udhaifu ambao hauwezi kuponywa na kiwango cha uwezo cha kwanza, cha pili, na cha tatu, kuponywa.

Kupokea Uwezo wa Mungu Ambaye ni Nuru

Tunawezaje kufanana na moyo wa Mungu ambaye ni nuru, kupokea uwezo wake, na kuwaongoza watu wasioweza kuhesabika katika njia ya wokovu?

Kwanza, lazima tusijiepushe tu na kila aina ya uovu na kukamilisha utakaso peke yake, bali pia tupate uzuri wa moyo na tutamani uzuri wa juu zaidi.

Ukiwa hutaonyesha ishara zozote za hisia mbovu au kutoridhika na mtu aliyeyafanya maisha yako kuwa magumu kupita kiasi au alikudhuru, je, utaambiwa umekamilisha uzuri wa moyo? La, si hivyo. Hata kama hautatetema au kuwa na hisia za kutoridhika na ungojee na kuvumilia, machoni pa Mungu hii ni hatua ya kwanza peke yake ya uzuri.

Katika kiwango cha juu cha uzuri, mtu atanena na kuamini njia kuwaondoa hao watu wanaofanya maisha yake yawe magumu au wanaomdhuru. Katika uzuri wa juu zaidi ambao kwa huo Mungu hupendezwa, mtu lazima aweze kuyatoa maisha yake mwenyewe kwa ajili ya adui yake.

Yesu aliweza kusamehe watu waliokuwa wanamsulubisha na kwa ajili ya watu hao alitoa maisha yake kwa sababu alikuwa na uzuri wa juu zaidi. Musa na mtume Paulo walipenda kutoa maisha yao kwa ajili ya watu walewale waliokuwa wanajaribu kuwaua pia.

Mungu alipokuwa karibu kuwaharibu watu wa Israeli, waliompinga na ibada za sanamu, waliolalamika, na waliomchukia hata ingawa walishuhudia ishara kuu na maajabu. Musa aliwafanyia nini? Aliwaombea Mungu kwa bidii: Walakini sasa, ikiwa utawasamehe dhambi yao – na kama sivyo, unifute, nakusihi, katika kitabu chako ulichoandika!" (Kutoka 32:31-32). Mtume Paulo naye alikuwa vivyo hivyo. Kama alivyokiri katika Warumi 9:3, "Kwa maana ningeweza kuomba mimi mwenyewe niharimishwe na kutengwa na Kristo kwa ajili ya ndugu zangu, jamaa zangu kwa jinsi ya mwili," Paulo alikuwa amekamilisha uzuri wa juu zaidi na kwa hivyo kazi kuu za uwezo wa Mungu zilimwandama siku zote.

Kisha, ni lazima tukamilishe upendo wa kiroho.

Upendo umepungua sana wakati huu. Ingawa watu wengi huambiana, "ninakupenda," baada ya muda, tunaona kwamba "upendo" huu, mwingi ni upendo wa kimwili unaobadilika. Upendo wa Mungu ni upendo wa kiroho unadumu siku baada siku, na unaelezwa kwa utondoti katika 1 Wakorintho 13.

Kwanza, "Upendo huvumilia [na] upendo hufadhili. Hauna wivu" (kif.4). Bwana wetu ametusamehe dhambi zetu na makosa yetu yote, na akafungua njia ya wokovu kwa kungojea kwa subira hata na wale ambao hawawezi wasioweza kusameheka. Lakini, hata ingawa tunakiri upendo wetu kwa Bwana, je, tuna haraka ya kufunua dhambi na makosa ya ndugu na dada zetu? Je, tuna haraka ya kuhukumu na kuwahesabia wengine hatia tunapokuwa hatupendi jambo fulani au mtu fulani? Je, tumekuwa na wivu au kuudhiwa na mtu fulani ambaye maisha yake yanamwendea vizuri.

Lingine, upendo "haujivuni [na] hautakabari" (kif. 4). Hata kama tunaonekana tunamtukuza Bwana kwa nje, tukiwa na moyo wa kutaka kutambuliwa na wengine, kujionyesha, na kudharau au kufundisha wengine kwa sababu ya cheo chetu au mamlaka, itakuwa kujivuna na kuwa na kiburi.

Licha ya hayo, upendo "haukosi kuwa na adabu; hautafuti mambo yake; hauoni uchungu; hauhesabu mabaya" (kif. 5). Tabia yetu ya ujeuri kwa Mungu na kwa watu, mioyo yetu kigeugeu na akili zetu za kubadilika kirahisi, jitihada zetu za kuwa wakuu hata kwa hasara ya wengine, hisia zetu mbovu zinazotungwa kirahisi, tabia yetu ya kuwafikiria wengine kimakosa na vibaya, na mambo mengine kama hayo, hayawezi kuwa upendo.

Zaidi ya hayo, upendo "haufurahii udhalimu, bali hufurahi pamoja na kweli" (kif. 6). Kama tuna upendo, ni lazima siku zote tuenende na kufurahi katika kweli. Kama 3 Yohana 1:4 itwambiavyo, "Sina furaha iliyo kuu kuliko hii, kusikia ya kwamba watoto wangu wanakwenda katika kweli," kweli lazima iwe chanzo cha raha na furaha yetu.

Mwisho, upendo "huvumilia yote; huamini yote; hutumaini yote; hustahimili yote" (kif. 7). Wale wanaompenda Mungu kweli hujua mapenzi ya Mungu, na kwa hivyo huamini mambo yote. Watu wanapotazamia na kuamini kwa ari kurudi kwa Bwana wetu, kufufuliwa kwa waamini, zawadi za mbinguni, na mambo mengine kama hayo, wanatumainia vitu vilivyo juu, huvumilia magumu yote, na kujitahidi kutimiza mapenzi yake.

Ili tuweze kuonyesha ushahidi wa upendo wake kwa wale wanaotii kweli kama vile uzuri, upendo, na mengine kama yalivyonakiliwa katika Biblia, Mungu ambaye ni nuru huwapa uwezo wake kama kipawa. Pia ana hamu ya kukutana na kuwajibu wote wanaojitahidi kuenenda katika nuru.

Kwa hivyo, naomba kwamba, kwa kujivumbua wenyewe na kurarua mioyo yenu, nyinyi mnaotaka kupokea baraka na majibu ya Mungu iweni vyombo vilivyotayarishwa mbele zake na muone uwezo wa Mungu, katika jina la Bwana wetu Yesu Kristo ninaomba!

Ujumbe wa 6

Macho ya Vipofu Yatafunguka

Yohana 9:32-33

*"Tokea hapo
haijasikiwa
ya kuwa mtu ameyafumbua
macho ya kipofu, ambaye alizaliwa hali hiyo.
Kama huyo asingalitoka kwa Mungu,
Asingeweza kutenda neno lo lote*

Katika Matendo 2:22, Petro mwanafunzi wa Yesu, baada ya kumpokea Roho Mtakatifu, alinena na Wayahudi kwa kunukuu maneno ya nabii Yoeli. "Enyi waume wa Israeli, sikilizeni maneno haya: Yesu wa Nazareti, mtu aliyedhihirishwa kwenu na Mungu kwa miujiza na ajabu na ishara, ambazo Mungu alizifanya kwa mkono wake kati yenu, kama ninyi wenyewe mnavyojua." Udhihirishaji mkuu wa uwezo aliofanya Yesu, ishara, na maajabu yalikuwa ushahidi ulioshuhudia kwamba Yesu aliyesulibiwa na Wayahudi kwa kweli alikuwa Masihi ambaye kuja kwake kulikuwa kumetabiriwa katika Agano la Kale.

Zaidi ya hayo, Petro mwenyewe alidhihirisha uwezo wa Mungu baada ya kumpokea Roho Mtakatifu na Kutiwa nguvu na yeye. Alimponya Kiwete mwombaji (Matendo 3:8), na watu walileta hata wagonjwa katika barabara na kuwalaza vitandani na mikekani ili angalau baadhi yao waangukiwe na kivuli cha Petro alipokuwa anapita (Matendo 5:15).

Kwa kuwa uwezo ni vocha inayotoa ushuhuda kwa uwepo wa Mungu kwa yule anayedhihirisha uwezo na njia ya hakika ya kupanda mbegu ya imani mioyoni mwa wasioamini, Mungu amewapatia uwezo wale alioona kuwa wanafaa.

Yesu Amponya Mwanamume Aliyezaliwa Kipofu

Kisa cha Yohana 9 kinaanza na Yesu alipokuwa akitembea njiani akamkuta mwanamume aliyezaliwa kipofu. Wanafunzi wa Yesu walitaka kujua kwa nini huyo mwanamume alizaliwa kipofu. "Rabi, ni yupi aliyetenda dhambi, mtu huyu au wazazi wake, hata azaliwe kipofu?" (kif. 2). Kwa kuwajibu, Yesu akawaeleza kwamba huyo mwanamume alizaliwa kipofu ili kazi ya Mungu idhihirishwe maishani mwake (kif. 3). Basi akatema mate ardhini, akatengeneza tope kwa mate, akampaka huyo mwanamume machoni, na akamwamuru huyo mwanamume aliyezaliwa kipofu, "Nenda kanawe katika birika ya Siloamu" (kif. 6-7). Yule mwanamume alipotii mara moja na kunawa katika Birika la Siloamu, macho yake yakafunguka.

Hata ingawa kulikuwa na watu wengine wengi ambao Yesu aliwaponya katika Biblia, tofauti moja inamtenganisha huyu mwanamume aliyezaliwa kipofu na wengine wote. Huyo mwanamume hakumwomba Yesu amponye; badala yake, Yesu alimwendea huyo mwanamume na akamponya kabisa.

Kwa nini basi, huyu mwanamume aliyezaliwa kipofu alipokea neema nyingi namna hiyo?

Kwanza, huyo mtu alikuwa mtiifu.

Kwa mtu wa kawaida, hakuna jambo hata moja alilolifanya Yesu – kutema mate chini, kutengeneza tope, kupaka tope juu ya macho ya kipofu, na kumwambia huyo mwanamume aende na kunawa katika Birika la Siloamu – lenye maana yoyote. Mantiki ya kawaida haimruhusu mtu kama huyo kuamini kwamba macho ya mtu aliyezaliwa kipofu, yanaweza kufunguka baada ya kupakwa tope machoni na kunawa katika maji. Zaidi ya hayo, kama mtu huyo alisikia amri hiyo bila kujua Yesu ni nani, yeye na watu wengi sana hawangeweza kukataa kuamini tu peke yake, bali pia wangekasirika sana. Lakini, haikuwa hivyo kwa mwanamume huyu. Yesu alipomwamuru, yule mwanamume akatii na kunawa macho yake katika Birika la Siloamu. Hatimaye na la kushangaza, macho yake yaliyokuwa yamefungika tangu alipozaliwa, yalifunguka kwa mara ya kwanza na huyo mwanamume akaanza kuona.

Kama unafikiri kuwa neno la Mungu halikubaliani na mantiki ya mwanadamu au uzoefu wake, jaribu kutii neno lake na moyo mnyenyekevu kama ule wa mwanamume huyo kipofu. Kisha neema ya Mungu itakujia na, kama vile macho ya mwanamume kipofu yalivyofunguliwa, na wewe pia utaona mambo ya ajabu.

Pili, macho ya ndani ya kiroho ya huyo mwanamume kipofu, ambayo yaliweza kutofautisha kweli na uongo, yalifunguliwa.

Kutoka kwa mazungumzo yake na Wayahudi baada ya kuponywa kwake, tunaweza kujua kwamba, ingawa macho ya mwanamume huyu kipofu yalikuwa yamefungwa kimwili, katika uzuri wa moyo angeweza kutofautisha jema na baya. Kinyume na hayo, Wayahudi walikuwa vipofu kiroho, wakiwa wamefungiwa katika mipaka ya sheria isiyoweza kubadilika. Wayahudi walipouliza utondoti wa uponyaji wake, huyo mwanamume aliyekuwa kipofu alitangaza kwa ujasiri, "Mtu yule aitwaye Yesu alifanya tope, akanipaka macho akaniambia, Nenda Siloamu ukanawe; basi nikaenda na kunawa, nikapata kuona" (kif. 11).

Wayahudi hawakusadiki, wakati walipomdadisi huyo mwanamume aliyekuwa kipofu, "Wewe wasemaje katika habari zake kwa vile alivyokufumbua macho? Akasema, "Ni nabii" (kif. 17). Yule mwanamume akafikiri kwamba kama Yesu alikuwa na uwezo wa kutosha kumponya upofu wake, ni lazima awe mtu wa Mungu. Wayahudi wakamkemea huyo mwanamume kwa kinaya: "Mpe Mungu utukufu. Sisi tunajua ya kuwa mtu huyo ni mwenye dhambi" (kif. 24).

Madai yao hayana mantiki yoyote. Mungu hajibu maombi ya

mwenye dhambi. Wala hampi mwenye dhambi uwezo wa kufungua macho ya kipofu na apokee utukufu. Hata ingawa Wayahudi hawakuweza kuamini au kuelewa jambo hili, yule mwanamume aliyekuwa kipofu aliendelea kutoa maungamo ya kijasiri na ya kweli: "Twajua ya kuwa Mungu hawasikii wenye dhambi; bali mtu akiwa ni mcha Mungu, na kuyafanya mapenzi yake, humsikia huyo. Tokea hapo haijasikiwa ya kuwa mtu ameyafumbua macho ya kipofu, ambaye alizaliwa hali hiyo. Kama huyo asingalitoka kwa Mungu, asingeweza kutenda neno lo lote" (kif. 31-33).

Kwa kuwa hakuna kipofu aliyekuwa amewahi kufumbuliwa macho yake tangu wakati wa uumbaji, yeyote aliyesikia habari za mtu huyo lazima alifurahi na kusherekea pamoja naye. Badala yake, kati ya Wayahudi walikuza hali ya hukumu, kuhesabia hatia, na uhasama. Kwa kuwa wayahudi walikuwa wajinga kiroho, walifikiri kwamba kazi ya Mungu yenyewe ilikuwa hicho kitendo cha kumpinga. Hata hivyo, Biblia inatuambia kwamba Mungu peke yake ndiye anayeweza kufumbua macho ya vipofu.

Zaburi 146:8 inatukumbusha kwamba "Bwana huwafumbua macho waliopofuka; Bwana huwainua walioinama; Bwana huwapenda wenye haki," ilihali Isaya 29:18 inatwambia, "Na katika siku hiyo viziwi watasikia maneno ya hicho chuo, na macho ya vipofu yataona katika upofu na katika giza." Isaya 35:5

pia inatwambia, "Ndipo macho ya vipofu yatafumbuliwa, na masikio ya viziwi yatazibuliwa" Hapa, "Na katika siku hiyo" na "Kisha" inarejelea wakati alipokuja Yesu na kufumbua macho ya vipofu.

Hata ingawa mafungu haya yalikuwako kuwakumbusha, katika mipaka yao isiyoweza kubadilika na uovu wao, Wayahudi hawakuweza kuamini kazi ya Mungu iliyodhihirishwa kupitia kwa Yesu, na badala yake wakashitaki kwamba Yesu alikuwa mwenye dhambi aliyekosa kutii neno la Mungu. Hata ingawa yule mwanamume aliyekuwa kipofu hakuwa na ujuzi mwingi sana juu ya sheria, katika dhamiri yake njema alijua ukweli: kwamba Mungu hawasikii wenye dhambi. Huyo mwanamume pia alijua kwamba kuponywa kwa macho ya vipofu kuliweza kufanyika kwa uwezo wa Mungu.

Tatu, baada ya kupokea neema ya Mungu, huyo mwanamume aliyekuwa kipofu alikuja mbele za Bwana na akaamua kuishi maisha mapya kikamilifu.

Hadi leo, nimeshuhudia visa visivyohesabika ambapo watu waliokuwa karibu kufa walipokea nguvu na majibu ya aina yote ya matatizo ya maisha kule Kanisa Kuu la Manmini (Manmin Central Church). Hata hivyo ninaomboleza kwa ajili ya watu

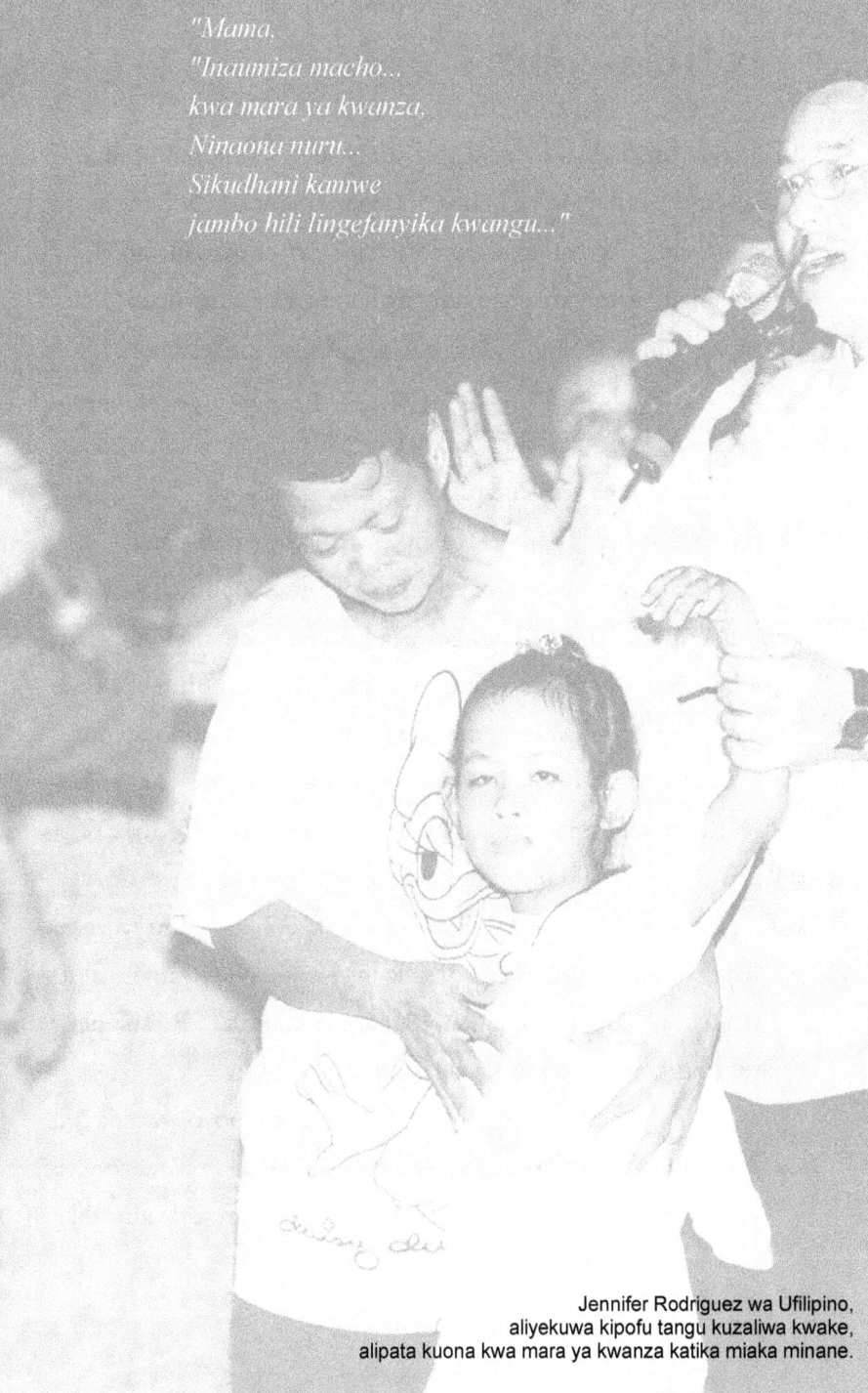

Jennifer Rodriguez wa Ufilipino, aliyekuwa kipofu tangu kuzaliwa kwake, alipata kuona kwa mara ya kwanza katika miaka minane.

ambao mioyo yao hubadilika hata baada ya kupokea neema ya Mungu na wengine wanaoacha imani yao na kurudia njia za ulimwengu. Wakati maisha yao yanapokuwa katika maumivu na uchungu, watu kama hao huja na kuomba kwa machozi, "Mara tu nikiponywa, nitamwishia Bwana." Wanapopokea uponyaji na baraka, kwa kutafuta manufaa yao wenyewe watu hawa huacha neema na kupotoka kutoka kwa kweli. Hata ingawa matatizo yao ya kimwili yanaweza kutatuliwa, haina maana yoyote kwa sababu roho zao zimeacha njia ya wokovu na zinaelekea jehanamu.

Huyu mwanamume aliyekuwa amezaliwa kipofu alikuwa na moyo mzuri ambao haungeweza kuacha neema. Hiyo ndiyo sababu alipokutana na Yesu, hakuponywa tu upofu peke yake bali pia alihakikishiwa baraka ya wokovu. Yesu alipomwuliza, "Wewe wamwamini Mwana wa Mungu?" yule mtu akamjibu, "Ni nani, Bwana, nipate kumwamini?" (kif. 35-36). Yesu alipomjibu, "Umemwona, naye anayesema nawe ndiye," Akasema, "Naamini, Bwana" (kif. 37-38). Huyo mtu "hakuamini" tu; alimpokea Yesu kama Kristo. Ni ungamo thabiti la huyo mwanamume ambapo aliamua kumfuata Bwana peke yake na kumwishia Bwana peke yake.

Mungu anatutaka sote tuje mbele zake na moyo wa aina hii. Anatutaka tumtafute sio tu kwa sababu hutuponya magonjwa yetu na kutubariki. Anatamani kwamba tuelewe upendo wake

"Moyo wangu ulinielekeza pale...

Nilitamani kupata neema peke yake...

Mungu akanipatia zawadi kubwa sana.
Kinachonifanya nifurahi zaidi
kuliko kuona
ni ukweli
kwamba nilikutana na Mungu aishiye!"

Maria wa Hondurasi,
aliyekuwa jicho lake la kulia limepofuka
alipokuwa na miaka miwili,
alipata kuona baada ya kupokea maombi
kutoka kwa dr. Jaerock Lee

wa kweli uliomtoa Mwanawe wa pekee kwa ajili yetu bila kujizuia, ili tumpokee Yesu kama Mwokozi wetu. Licha ya hayo, tunapaswa kumpenda sio tu kwa midomo yetu peke yake bali pia kwa matendo yetu ya neno la Mungu. Anatwambia katika 1 Yohana 5:3, "Kwa maana huku ndiko kumpenda Mungu, kwamba tuzishike amri zake; wala amri zake si nzito." Tukimpenda Mungu kwa kweli, ni lazima tuache kila kitu kiovu ndani yetu na kutembea katika nuru kila siku.

Tunapomwomba Mungu chochote na aina hii ya imani na upendo, kwa nini asitujibu? Katika Mathayo 7:11, kama Yesu anavyotuahidi, "Basi ikiwa ninyi, mlio waovu, mnajua kuwapa watoto wenu vipawa vyema, je! Si zaidi sana Baba yenu aliye mbinguni atawapa mema wao wamwombao!" na kuamini kwamba Baba Mungu atajibu maombi ya wanawe wapendwa.

Kwa hivyo, haijalishi umekuja mbele za Mungu na ugonjwa au tatizo aina gani. Kwa ungamo hili, "Bwana, ninaamini!" likitoka ndani ya moyo wako, unapoonyesha matendo ya imani yako, Bwana aliyemponya mtu aliyezaliwa kipofu ataponya aina zote za magonjwa, ageuze yasiyowezekana yawe yakuwezekana, na kutatua matatizo yako yote maishani.

Kazi ya Kufumbua Macho ya Vipofu kule Kanisa Kuu la Manmini (Manmin Central Church)

"Madaktari waliniambia Ningekuwa kipofu hivi karibuni sana... vitu vikaanza kufifia...

Asante Bwana, kwa kunipa nuru...

Nimekuwa nikikungojea..."

Rev. Ricardo Morales wa Hondurasi, aliyekuwa karibu awe kipofu baada ya ajali lakini akapata kuona

Tangu lianzishwe mwaka wa 1982, kanisa la Manmini limemtukuza Mungu sana kupitia kazi za kuwafumbua macho watu wengi wasiohesabika waliokuwa vipofu. Watu wengi waliozaliwa vipofu walipokea kuona baada ya maombi. Macho ya wengine wengi ambao kuona kwao kulififia na kutegemea miwani au lenzi yalirejeshwa tena. Kati ya watu wengi, shuhuda nyingi za kushangaza, ifuatayo ni mifano michache.

Nilipoendesha Injili Kuu ya Muungano kule Hondurasi Julai mwaka wa 2002, kulikuwa na msichana wa miaka kume na miwili aliyeitwa Maria ambaye aliyekuwa jicho lake la kulia limekufa baada ya homa kali alipokuwa na umri wa miaka miwili. Wazazi wake walijaribu mara nyingi kurejesha kuona kwake lakini hawakuwezal. Hata kuwekwa konea mpya alikofanyiwa Maria hakukumsaidia kitu. Muongo uliofuata baada ya konea aliyowekewa kushindwa, Maria hakuweza hata kuona nuru kupitia jicho lake la kulia.

Basi mwaka wa 2002, kwa hamu ya dhati kwa neema ya Mungu, Maria alihudhuria injili ambamo alipokea ombi langu, akaanza kuona nuru, na punde tu kuona kwake kukarejeshwa. Neva katika jicho lake la kulia zilikuwa zimeacha kufanya kazi na kufa na zikaumbwa upya na uwezo wa Mungu. Hili ni jambo la kushangaza sana. Idadi ya watu wasioweza kuhesabika kule Hondurasi walisherehekea na kusema kwa mshangao, "Kwa kweli Mungu yuhai na anafanya kazi hata leo!" Mchungaji Ricardo Morales alikuwa karibu kuwa kipofu lakini akaponywa kabisa na maji matamu ya Muani. Miaka saba kabla Injili ya Hondurasi, Mchungani Ricardo alikuwa amepata ajali ya barabarani ambamo retina yake iliharibiwa vibaya na akavuja damu nyingi sana. Madaktari walikuwa wamemwambia Mchungaji Ricardo kwamba angepoteza kuona kwake polepole na hatimaye awe kipofu. Lakini, aliponywa siku ya kwanza ya Kongamano la Viongozi wa Kanisa la 2002, kule Hondurasi. Baada ya kusikia neno la Mungu, katika imani Mchungani Ricardo aliweka maji matamu ya Muani machoni mwake na kwa mshangao, vitu vikaonekana wazi kila dakika. Kwanza, kwa sababu hakuwa ametarajia lolote kama hili, Mchungani Ricardo hakuweza kuamini. Jioni ile, akiwa amevaa miwani yake, Mchungaji Ricardo alihudhuria kipindi cha kwanza cha injili. Kisha, ghafla, lenzi kutoka katika miwani yake ikatoka na akasikia sauti ya Roho Mtakatifu: "Kama hutaivua miwani yako sasa, utakuwa kipofu." Basi Mchungaji Ricardo akaivua miwani yake na akatambua kwamba alikuwa anaweza kuona kila kitu waziwazi. Kuona kwake kulirejeshwa, na Mchungaji Ricardo akamtukuza Mungu sana.

Katika Kanisa la Manmini la Nairobi, kule Kenya, kijana mmoja aitwaye Kombo wakati mmoja alitembelea mji wa nyumbani kwao, ambao uko umbali wa kama kilomita 400 (kama maili 250) kutoka kanisani. Wakati wa matembezi yake, alieneza injili kwa jamaa yake na akawaambia juu ya kazi ya maajabu ya uwezo wa Mungu iliyokuwa ikifanyika katika Kanisa Kuu la Manmini (Manmin Central Church) kule Seoul. Aliwaombea na kitambaa nilichokuwa nimekiombea. Pia Kombo aliwapatia jamaa zake kalenda iliyopigwa chapa na kanisa.

Baada ya kusikia mjuu wake akihubiri injili, nyanyake(bibiye) Kombo, aliyekuwa kipofu, alisema moyoni mwake kwa kutamani kwa ari, 'Hata mimi ningependa kuona picha ya Dr. Jaerock Lee,' huku akiwa ameshikilia kalenda kwa mikono yake miwili. Kilifuata kwa kweli kilikuwa miujiza. Punde tu nyanyake (bibiye) Kombo alipofungua kalenda, macho yake yalifumbuka na akaweza kuona hiyo picha. Aleluya! Jamaa ya Kombo waliona moja kwa moja kazi ya uwezo iliyofumbua macho ya vipofu na wakamwamini Mungu aliye hai. Zaidi ya hayo, habari za kisa hiki zilipoenea kila mahali kijijini, watu waliomba kwamba kuanzishwe tawi la kanisa kijijini mwao.

Kwa kazi zisizohesabika za uwezo ulimwenguni kote, wakati huu kuna maelfu ya matawi ya kanisa la Manmini ulimwenguni kote, na injili ya utakatifu inahubiriwa katika pembe zote za dunia. Unapokiri na kuamini kazi za uwezo wa Mungu, pia unaweza kuwa mrithi wa baraka zake.

Kama ilivyokuwa wakati wa Yesu, badala ya kufurahia na kumtukuza Mungu pamoja, watu wengi leo huhukumu, huhesabia hatia, na kunena kinyume cha kazi ya Roho wa Mungu. Ni lazima tutambue kwamba hii ni dhambi ya kuogofya, kama Yesu alivyotwambia hasa katika Mathayo 12:31-32: "Kwa sababu hiyo nawaambia, Kila dhambi na kila neno la kufuru watasamehewa wanadamu, ila kwa kumkufuru Roho hawatasamehewa. Naye mtu ye yote atakayenena neno juu ya Mwana wa Adamu atasamehewa, bali yeye atakayenena neno juu ya Roho Mtakatifu hatasamehewa katika ulimwengu wa sasa, wala katika ule ujao."

Ili tusipinge kazi ya Roho Mtakatifu lakini badala yake tuone kazi ya kushangaza ya uwezo wa Mungu, ni lazima tukiri na kuwa na hamu na kazi yake, kama mtu aliyekuwa kipofu katika Yohana 9. Kulingana na jinsi watu walivyojitayarisha kama vyombo ili wapokee majibu kwa imani, wengine wataona kazi za uwezo wa Mungu, lakini wengine hawataona.

Kama Zaburi 18:25-26 inatwambia, "Kwa mtu mwenye fadhili utakuwa mwenye fadhili; Kwa mkamilifu utajionyesha kuwa mkamilifu; Kwake ajitakasaye utajionyesha kuwa mtakatifu; \q2 Na kwa mpotovu utajionyesha kuwa mkaidi," naomba kila mmoja wenu, kwa kumwamini Mungu anayetupatia zawadi kulingana na yale uliyofanya na kuonyesha matendo yako ya imani, awe mrithi wa baraka zake, katika jina la Bwana wetu Yesu Kristo ninaomba!

Ujumbe wa 7
Watu Watainuka, Waruke, na Watembee

Marko 2:3-12

*Wakaja watu wakimletea mtu mwenye kupooza,
anachukuliwa na watu wanne. Na walipokuwa hawawezi kumkaribia kwa sababu ya
makutano,
waliitoboa dari pale alipokuwapo;
na wakiisha kuivunja
wakalitelemsha godoro alilolilalia yule mwenye kupooza. Naye
Yesu, alipoiona imani yao, akamwambia yule mwenye kupooza,
'Mwanangu, umesamehewa dhambi zako.'
Na baadhi ya waandishi walikuwako huko,
wameketi, wakifikiri mioyoni mwao,
'Mbona huyu anasema hivi?
Anakufuru. Ni nani awezaye kusamehe dhambi isipokuwa
mmoja, ndiye Mungu?' Mara Yesu akafahamu rohoni mwake
kwamba wanafikiri hivyo nafsini mwao,
akawaambia, Mbona mnafikiri hivi
mioyoni mwenu? Vyepesi ni vipi, kumwambia mwenye kupooza,
"Umesamehewa dhambi zako, au kusema, Ondoka, ujitwike
godoro lako, uende"?
Lakini mpate kujua ya kwamba Mwana wa Adamu
anayo amri duniani ya kusamehe dhambi,'
hapo amwambia yule mwenye kupooza,
'Nakuambia, Ondoka,
ujitwike godoro lako uende nyumbani kwako.'
Mara akaondoka, akajitwika godoro lake,
akatoka mbele yao wote;
hata wakastaajabu wote, wakamtukuza Mungu, wakisema,
Namna hii hatujapata kuiona kamwe."*

Biblia inatuambia kwamba wakati wa Yesu, wengi waliokuwa wamepooza au viwete walipokea uponyaji mkamilifu na wakamtukuza Mungu sana. Kama Mungu alivyotuahidi katika Isaya 35:6, "Ndipo mtu aliye kilema ataruka-ruka kama kulungu, na ulimi wake aliye bubu utaimba," na tena katika Isaya 49:8, "Bwana asema hivi, Wakati uliokubalika nimekujibu, na siku ya wokovu nimekusaidia; nami nitakuhifadhi, nitakutoa uwe agano la watu hawa, ili kuiinua nchi hii, na kuwarithisha urithi uliokuwa ukiwa" Mungu hatatujibu tu bali pia atatupeleka katika wokovu.

Hili linashuhudiwa bila kukoma leo kule Kanisa Kuu la Manmini (Manmin Central Church), ambapo kwa kazi ya uwezo wa ajabu wa Mungu wagonjwa wengi wasiohesabika huanza kutembea, huinuka kutoka kwenye viti vya magurudumu na kutupa magongo yao.

Je, ni kwa imani aina gani yule mtu aliyepooza katika Marko 2 alikuja mbele ya Yesu na kupokea wokovu na baraka za majibu? Ninaomba kwamba wale kati yenu ambao wakati huu hawawezi kutembea kwa sababu ya ugonjwa fulani, inuka, tembea, na piga mbio tena.

Mtu Aliyepooza Anasikia Habari Kuhusu Yesu

Katika Marko 2 kuna masimulizi ya utondoti juu ya mtu aliyepooza aliyepokea uponyaji kutoka kwa Yesu alipotembelea Kapernaumu. Katika mji ule kuliishi mtu aliyepooza maskini sana ambaye alikuwa hawezi kuketi mwenyewe bila usaidizi kutoka kwa wengine, na alikuwa hai tu peke yake kwa sababu hakuweza kufa. Lakini, alisikia habari juu ya Yesu aliyekuwa amefungua macho ya vipofu, alifanya viwete wasimame, aliwatoa pepo wachafu, na kuponya watu waliokuwa na aina mbalimbali za magonjwa. Kwa kuwa huyo mtu alikuwa na moyo mzuri, aliposikia habari juu ya Yesu, aliwakumbuka na akaanza hamu ya ari ya kukutana na yesu.

Siku moja, yule mtu aliyepooza alisikia kwamba Yesu alikuwa amekuja Kapernaumu. Alikuwa na msisimuko na furaha iliyoje katika kungojea mkutano wake na Yesu? Yule aliyepooza, hata hivyo, alikuwa hawezi kuondoka mwenyewe, na kwa hivyo akatafuta marafiki ambao wangemleta kwa Yesu. Kwa bahati nzuri, kwa sababu rafiki zake pia walikuwa wanamjua Yesu vizuri, walikubaliana kumsaidia rafiki yao.

Mtu Aliyepooza na Rafiki Zake Wanakuja Mbele ya Yesu

Mtu aliyepooza na rafiki zake walifika nyumba alimokuwa Yesu anahubiri, lakini kwa sababu umati mkubwa wa watu waliokusanyika humo, hawakuweza kupata nafasi ya kukaribia mlango, licha kuingia ndani ya nyumba. Hali haikuwaruhusu mtu aliyepooza na rafiki zake kufika mbele ya Yesu. Ni lazima waliomba umati ule wa watu, "Tafadhali tupisheni! Tuna mgonjwa mahututi!" Hata hivyo, nyumba na eneo lake la karibu lilikuwa limejaa watu. Kama yule mwenye kupooza na rafiki zake wangekuwa hawana imani, wangekuwa wamerudi nyumbani bila kukutana na Yesu.

Hata hivyo, hawakufa moyo lakini badala yake walionyesha imani yao. Baada ya kufikiria watakutana na Yesu kwa namna gani, kama suluhisho la mwisho, wale rafiki za huyo mtu wa kupooza walianza kutoboa paa lililokuwa juu ya Yesu na kulichimba. Hata kama walipaswa baadaye wamwombe msamaha mwenye nyumba na kumlipa kwa uharibifu waliofanya, aliyepooza na rafiki zake walitaka sana kukutana na Yesu na wapokee uponyaji.

Imani inaambatana na matendo, na matendo ya imani yanaweza kuonekana tu peke yake wakati unapojishusha kwa moyo mnyenyekevu. Je, umewahi kufikiri au kujisemea mwenyewe, "Ingawa ninataka, lakini hali yangu ya kimwili haiweze kuniruhusu niende kanisani?" Kama huyo aliyepooza angekuwa amekiri mara mia moja, "Bwana, ninamini kwamba unajua siwezi kuja na kukutana nawe kwa sababu nimepooza. Pia ninaamini kwamba utaniponya hivi nilivyolala humu kitandani mwangu," hangekuwa amesemwa kwamba alionyesha imani yake.

Haijalishi angegharimika namna gani, mtu aliyepooza alienda mbele ya Yesu ili apokee uponyaji. Mtu aliyepooza aliamini na alikuwa na hakika kwamba akikutana na Yesu ataponywa, na akawaomba rafiki zake wampeleke mbele ya Yesu. Zaidi ya hayo, kwa kuwa rafiki zake pia walikuwa na imani, waliweza kumhudumia rafiki yao aliyepooza hata kwa kutoboa tundu na kuchimba paa la mtu wasiyemjua.

Kama unaamini kweli kwamba utaponywa mbele za Mungu, kuja mbele yake ni ushahidi wa imani yako. Hiyo ndiyo sababu baada ya kuchimba paa, rafiki za aliyepooza waliteremsha mkeka aliolalia aliyepooza na kumweka mbele ya Yesu. Wakati huo, mapaa ya Israeli yalikuwa bapa na kulikuwa na ngazi upande mmoja wa kila nyumba zilizowapa watu nafasi ya kupanda kwenye paa kirahisi. Licha ya hayo, vigae vya paa vilikuwa vinaweza kuondolewa kirahisi. Hali hii iliruhusu aliyepooza aende mbele ya Yesu karibu zaidi kuliko mtu mwingine yeyote.

Tunaweza Kupokea Majibu Baada ya Kutatua Tatizo la Dhambi

Katika Marko 2:5, tunapata kwamba ni wazi kwamba Yesu anafurashwa na matendo ya imani ya mtu aliyepooza. Kabla hajamponywa huyo mtu aliyepooza, kwa nini Yesu alimwambia, "Mwanangu, umesamehewa dhambi zako"? Hii ni kwa sababu msamaha wa dhambi lazima utangulie uponyaji.

Katika Kutoka 15:26, Mungu anatuambia, "Kwamba utaisikiza kwa bidii sauti ya \nd Bwana\nd*, Mungu wako, na kuyafanya yaliyoelekea mbele zake, na kutega masikio usikie maagizo yake, na kuzishika amri zake, mimi sitatia juu yako maradhi yo yote niliyowatia Wamisri; kwa kuwa Mimi ndimi \nd Bwana\nd* nikuponyaye." Hapa, "maradhi yoyote niliyowatia Wamisri" yanarejelea magonjwa yote anayojua mwanadamu. Kwa hivyo, tunapotii amri zake na kuishi kwa neno lake, Mungu atatulinda hivyo kwamba hakuna ugonjwa utakaotushika kamwe. Licha ya hayo, katika Kumbukumbu la Torati 28 Mungu anatuahidi kwamba bora tu tutii na kuishi kwa Neno Lake, hakuna ugonjwa utakaoingia milini mwetu. Katika Yohana 5, baada ya kumponya mwanamume aliyekuwa mgonjwa kwa miaka thelathini na minane, Yesu alimwambia, "Usitende dhambi tena, lisije likakupata jambo lililo baya zaidi " (kif. 14).

Kwa maana magonjwa yote hutoka dhambini, kabla

kumponya aliyepooza, Yesu alimpa msamaha kwanza. Kwenda mbele ya Yesu, hata hivyo, matokeo yake si msamaha siku zote. Ili tupokee uponyaji, ni lazima kwanza tutubu dhambi zetu na tuziache kabisa. Kama ulikuwa mwenye dhambi, ni lazima uwe mtu ambaye hafanyi dhambi tena; kama ulikuwa mdanganyifu, ni lazima uwe mtu ambaye hadanganyi tena; na kama uliwachukia wengine, ni lazima usichukie tena. Mungu huwasamehe wale wanaotii neno peke yao. Licha ya hayo, kukiri "Ninaamini" hakukuhakikishii msamaha; tunapotoka na kuingia kwenye nuru, damu ya Bwana wetu itatutakasa dhambi zetu zote kiasilia (1 Yohana 1:7).

Aliyepooza Anatembea kwa Uwezo wa Mungu

Katika Marko 2, tunapata kwamba baada ya kupokea msamaha, mtu aliyepooza aliinuka, akachukua mkeka wake akatoka nje watu wote waliokuwako wakimtazama. Alipokuja kwa Yesu, alikuwa amelala mkekani. Huyo mtu aliponywa, hata hivyo, wakati Yesu alipomwambia, "Mwanangu, umesamehewa dhambi zako" (kif.5). Badala ya kufurahia uponyaji, hata hivyo, walimu wa sheria walikuwa wanagombana. Yesu alipomwambia yule mtu, "Mwanangu, umesamehewa dhambi zako," walifikiri mioyoni mwao, "Mbona huyu anasema hivi? Anakufuru. Ni nani awezaye kusamehe dhambi isipokuwa mmoja, ndiye Mungu?' (kif.7)

Kisha Yesu akawaambia, Mbona mnafikiri hivi? mioyoni mwenu? Vyepesi ni vipi, kumwambia mwenye kupooza, 'Umesamehewa dhambi zako, au kusema, Ondoka, ujitwike godoro lako, uende'? Lakini mpate kujua ya kwamba Mwana wa Adamu anayo amri duniani ya kusamehe dhambi" (kif. 8-10).

Baada ya kuwaelimisha kuhusu upaji wa Mungu, Yesu akamwambia huyo aliyepooza, "Nakuambia, Ondoka, ujitwike godoro lako uende nyumbani kwako," (kif.11) huyo mtu akainuka mara moja akatembea. Kwa maneno mengine, kwa mtu aliyekuwa amepooza kupokea uponyaji inaonyesha kwamba alipokea msamaha, na kwamba Mungu alilihakikisha kila neno alilosema Yesu. Pia ni ushahidi kwamba Mungu mwenyezi humhakikisha Yesu kama Mwokozi wa wanadamu.

Visa vya Kuinuka, Kurukaruka, na Kutembea

Katika Yohana 14:11, Yesu anatwambia, "Mnisadiki ya kwamba mimi ni ndani ya Baba, na Baba yu ndani yangu; la! Hamsadiki hivyo, sadikini kwa sababu ya kazi zenyewe." Kwa hivyo, tunapaswa kuamini kwamba Baba Mungu na Yesu ni yule yule mmoja kwa kushuhudia kwamba aliyepooza alikuja mbele ya Yesu katika imani alisamehewa, akainuka, akaruka na kutembea kwa amri ya Yesu.

Katika Yohana 14:12, Yesu anatwambia pia, "Amin, amin, nawaambieni, yeye aniaminiye mimi, kazi nizifanyazo mimi, yeye naye atazifanya; naam, na kubwa kuliko hizo atafanya, kwa kuwa mimi naenda kwa Baba." Nilipoamini neno la Mungu asilimia mia moja, baada ya kuitwa kama mtumishi wa Mungu nilifunga na nikaombo siku nyingi sana ili nipokee uwezo wake. Matokeo yake ni shuhuda za uponyaji wa magonjwa ambayo sayansi ya matibabu ya kisasa haikuweza kuyaponya zimekuwa zikimiminika kule Manmini tangu ianzishwe.

Kila wakati kanisa kwa jumla lilishinda majaribu ya baraka, uharaka wa wagonjwa kupokea uponyaji ukaongezeka na magonjwa mabaya zaidi yakaponywa. Kupitia kwa Mkutano Maalum wa Uvuvio wa Wiki Mbili wa kila mwaka, uliofanywa kuanzia mwaka wa 1993 hadi 2004 na Injili Kuu ya Muungano ya Ulimwengu Mzima, watu wengi ulimwenguni kote wameuona uwezo wa kushangaza wa Mungu.

Hapa kuna mifano michache kati ya visa visivyoweza kuhesabika ambamo watu wameinuka, wakaruka, na wakatembea.

Kusimama Baada ya Miaka Tisa katika Kiti cha Magurudumu

Ushuhuda wa kwanza unahusu Shemasi Yoonsup Kim.

Mei mwaka wa 1990, alianguka kutoka juu kiasi cha urefu wa kama gorofa tano alipokuwa akifanya kazi ya mambo ya umeme kule Taedok Mji wa Sayansi kule Korea Kusini. Jambo hili lilifanyika kabla Kim hajamwamini Mungu.

Punde tu baada ya kuanguka, alipelekwa Hospitali ya Sun kule Yoosung, Mkoa wa Choongnam, ambako alipoteza fahamu kwa miezi sita. Hata hivyo, baada ya kuamka na kupata fahamu, maumivu ya shinikizo na kuvunjika kwa mfupa wa kifuani wa kumi na moja na wa kumi na mbili na kujaa maji katika mfupa wa mgongoni wa nne na wa tano kulileta uchungu mwingi usioweza kuvumilika. Madaktari pale hospitalini walimwambia Kim kwamba hali yake ilikuwa mbaya. Alipelekwa katika hospitali nyingine mara kadha. Hata hivyo, bila mabadiliko au maendeleo yoyote katika hali yake, Kim alikuwa katika kiwango cha juu zaidi cha ulemavu. Kiunoni mwake, Kim alipaswa kuvaa mkanda kwa ajili ya mgongo wake wakati wote. Licha ya hayo, kwa kuwa hangeweza kulala chini, alilala akiwa amekaa.

Katika wakati huu mgumu, Kim alihubiriwa injili na akaja Manmini, ambapo alianza maisha katika Kristo. Alipohudhuria Mkutano Maalum Kwa ajili ya Uponyaji wa Kiungu Novemba

*"Miguu yangu na kiuno
changu vilivyokuwa
vimekazika...
moyo wangu uliokuwa
umekazika...*

*Singeweza kujilaza,
Singeweza kutembea...
nimtegemee nani?*

*Atakayenikubali ni nani?
Nitaishi namna gani?"*

Shemasi Yoonsup Kim
akiwa amevaa ukanda wake wa mgongo katika kiti chake cha
magurudumu

Shemasi Kim akifurahi pamoja na washiriki wengine wa Manmini baada ya kupokea uponyaji kupitia kwa maombi ya Dr. Jaerock Lee mwaka wa 1998, Kim aliona kitu ambacho hakusadiki. Kabla ya Mkutano, alikuwa hawezi kulala chali au kwenda chooni mwenyewe. Baada ya kupokea maombi yangu, aliweza kuinuka kutoka katika kiti chake cha magurudumu na kutembea kwa magongo yake.

Ili aweze kupata uponyaji kamili, Shemasi Kim alihudhuria ibada zote na mikutano yote kwa imani na hakuacha kuomba. Zaidi ya hayo, kwa kutaka kwa ari na kujitayarisha kwa ajili ya Mkutano wa Saba wa Uvuvio Maalumu wa Wiki Mbili Mei 1999, alifunga kwa siku ishirini na moja. Nilipoombea wagonjwa kutoka kwenye mimbari katika kipindi cha kwanza cha Mkutano, Shemasi Kim alihisi mwali mkali wa nuru ukimwangaza na akaona maono ambapo alikuwa anakimbia. Katika wiki ya pili ya Mkutano, nilipomwekea mikono na kumwombea, alihisi kwamba mwili wake ulikuwa mwepesi zaidi. Wakati moto wa Roho Mtakatifu ulipoishuka miguuni mwake, alipewa nguvu asiyoijua. Aliweza kutupa mkanda wa kusaidia mgongo wake na magongo yake, na kutembea bila ugumu wowote, na kusukuma kiuno bila taabu.

Kwa uwezo wa Mungu, Shemasi Kim anatembea kama mtu wa kawaida. Hata huendesha baisikeli yake na kuhudumu kwa bidii hapo kanisani. Licha ya hayo, hivi karibuni, Shemasi Kim ameoa na sasa anaishi maisha ya raha kweli.

Kuinuka kutoka katika Kiti cha Magurudumu baada ya Kupokea Maombi ya Kitambaa

Kule Manmini, matukio ya kustaajabisha ambayo yamenakiliwa katika Biblia na miujiza isiyokuwa ya kawaida inafanyika; kupitia kwa hiyo Mungu anatukuzwa hata zaidi. Kati ya matukio na miujiza kama hiyo ni udhihirishaji wa uwezo wa Mungu kupitia kwa vitambaa.

Katika Matendo 19:11-12 tunapata, "Mungu alifanya miujiza isiyokuwa ya kawaida kwa mikono ya Paulo, hivi kwamba vitambaa au aproni vilichukuliwa kutoka mwilini mwake na kupelekewa wagonjwa, na magonjwa yakapona na pepo wachafu wakawatoka." Vivyo hivyo, watu wanapochukua vitambaa nilivyoviombea au vitu vyovyote mwilini mwangu wakiwapelekea wagonjwa, kazi ya maajabu ya uponyaji hudhihirishwa. Kwa sababu hiyo, nchi nyingi na watu wengi ulimwenguni kote wametuomba tuweke injili za vitambaa katika maeneo yao wenyewe. Zaidi ya hayo, watu wasioweza kuhesabika katika nchi za Afrika, Pakistani, Indonesia, Ufilipino, Honduwasi, Japani, Uchina, Urusi, na nyingine nyingi pia wanaona "miujiza isiyokuwa ya kawaida."

Aprili mwaka wa 2001, mmoja kati ya wachungaji wa Manmini aliendesha injili ya vitamba kule Indonesia, ambapo watu wengi wasiohesabika walipokea uponyaji na wakampa utukufu Mungu aliye hai. Kati yao alikuwa aliyekuwa liwali wa selikali, aliyekuwa ametegemea Kiti cha magurudumu. Alipoponywa kupitia kwa maombi ya kitambaa, punde baadaye ilikuwa kisa cha habari kubwa.

Mei 2003, mchungaji mwingine wa Manmini aliendesha injili ya vitambaa kule Uchina ambapo, kati ya visa vingi vya uponyaji, mwanamume aliyetegemea magongo kwa miaka thelathini na minne alitembea mwenyewe.

Ganeshi Anatupa Magongo Yake katika Ukumbusho wa Maombi ya Uponyaji wa Kimiujiza kule India 2002.

Katika Ukumbusho wa Maombi ya Uponyaji wa Kimiujiza kule India 2002, uliofanyika Marina Beach kule Chennai kunakokaa Wahindu wengi kule India, zaidi ya watu milioni tatu walikusanyika, wakashuhudia moja kwa moja kazi ya kweli ya uwezo wa Mungu ya kushangaza, na wengi wao wakaingia Ukristo. Kabla injili hii, mpigo wa jinsi mifupa iliyoshikamana ilivyolegea na neva zilizokufa kufufuliwa na kuendelea polepole. Kuanzia Injili ya India, kazi ya uponyaji ilikataa mpangilio wa mwili wa mwanadamu.

Kati ya wale waliopokea uponyaji alikuwa mvulana wa miaka kumi na sita aliyeitwa Ganeshi. Alikuwa ameanguka kutoka

"Siihisi tena
 hiyo misumari tisa
iliyokuwa ikinidunga
mwili wangu na mifupa yangu!

Awali singeweza hata kusimama
kwa sababu ya maumivu,
lakini sasa naweza kutembea!"

Ganeshi anatembea
bila magongo yake
baada ya kupokea maombi
kutoka kwa Dr. Jaerock Lee

baiskelini mwake na kuumia fupanyonga la kulia. Hali ngumu za kifedha nyumbani zilimzuia kupata matibabu halisi. Baada ya mwaka mmoja kupita, kukawa na uvimbe mfupani mwake na akalazimika kukatwa fupanyonga lake la kulia. Madaktari wakamtia chuma chembamba katika mfupa wake wa paja na sehemu nyingine zilizobaki za fupanyonga lake, na kukifunga hicho chuma kwa misumari tisa. Maumivu makali sana kutoka kwa misumari iliyofungwa ilimfanya asiweze kupanda ngazi na kuteremka au kutembea bila magongo.

Aliposikia juu ya injili, Ganeshi alihudhuria na akaona kazi ya moto wa Roho Mtakatifu. Siku ya pili katika injili ya siku nne, alipokuwa akipokea "Maombi ya Wagonjwa" alihisi mwili wake ukikolea joto, kama ambao ulikuwa umewekwa ndani ya chungu cha maji ya kuchemka, na hakusikia maumivu tena mwilini mwake. Akaenda mara moja kwenye jukwaa na akatoa ushuhuda wa uponyaji wake. Kuanzia wakati huo, hajahisi maumivu yoyote mahali popote mwilini mwake, hajatumia magongo, na anaweza kutembea na kuenda mbio.

Mwanamke Anainuka kutoka kwa Kiti Chake cha Magurudumu kule Dubai

Aprili ya mwaka wa 2003, nilipokuwa Dubai, kule United

"Hata ingawa sikuwa na nguvu za kutosha za kuinua hata kidole kimoja, Nilijua kwamba ningeponywa nilipoenda mbele yake. Tumaini langu halikuwa bure, na Mungu alilitimiza!"

Mwanamke aliyezaliwa India anainuka kutoka kwa kiti chake cha magurudumu na kutembea baada ya kupokea maombi kutoka kwa Dr. Jaerock Lee

Arab Emirates, mwanamke aliyezaliwa India alisimama kutoka kwa Kiti chake cha magurudumu punde tu baada ya kumuombea. Alikuwa mwanamke mwenye akili, ambaye alikuwa amesoma Marekani. Kwa sababu ya matatizo ya kibinafsi, alikuwa anaugua mshtuko wa kiakili, ulioandamana na athari za ajali ya barabarani na utata fulani.

Nilipomwona mwanamke huyu kwa mara ya kwanza, alikuwa hawezi kutembea, alikuwa hana nguvu ya kuongea, na hakuweza kuokota miwani yake iliyokuwa imeanguka. Aliongeza kwamba alikuwa mdhaifu sana kuweza kuandika au kuchukua kikombe cha maji. Watu wengine walipomgusa tu, alihisi maumivu makali sana. Hata hivyo, baada ya maombi, mwanamke huyo aliinuka mara moja kutoka katika kiti chake cha magurudumu. Hata mimi nilishangazwa sana na mwanamke huyu, aliyekuwa hana hata nguvu ya kuongea dakika chache zilizopita, alipoweza kukusanya vitu vyake na kutoka katika chumba kile.

Yeremia 29:11 inatuambia, "'Maana nayajua mawazo ninayowawazia ninyi, asema Bwana, ni mawazo ya amani wala si ya mabaya, kuwapa ninyi tumaini siku zenu za mwisho.'" Baba yetu Mungu ametupenda sana hivi kwamba amemtoa Mwanawe wa pekee bila kumzuia.

Kwa hivyo, hata kama umekuwa unaishi maisha ya taabu kwa

sababu ya ulemavu, una tumaini la kuishi maisha ya furaha na ya afya kwa kumwamini Baba Mungu. Hapendi kumwona mtoto wake yeyote katika majaribu na mateso. Zaidi ya hayo, anatamani kumpa kila mtu ulimwenguni amani, furaha, raha, na siku za usoni.

Kupitia kwa kisa cha mtu aliyepooza kilichosimuliwa katika Marko 2, umejua njia na mbinu ambazo kwa hizo unaweza kupokea majibu ya matakwa ya moyo wako. Naomba kila mmoja wenu atayarishe chombo cha imani na apokee kila atakachoomba, katika jina la Bwana wetu Yesu Kristo ninaomba!

Ujumbe wa 8
Watu Watafurahi, Wacheze, na Waimbe

Marko 7:31-37

Akatoka tena katika mipaka ya Tiro,
akapita katikati ya Sidoni, akaenda mpaka bahari ya
Galilaya,
kati ya mipaka ya Dekapoli.
Wakamletea
kiziwi,
naye ni mwenye utasi,
wakamsihi amwekee mikono.
Akamtenga na mkutano faraghani,
akatia vidole vyake masikioni mwake, akatema mate,
akamgusa ulimi,
akatazama juu mbinguni, akaugua,
akamwambia, Efatha, maana yake, 'Funguka!'
Mara masikio yake yakafunguka,
kifungo cha ulimi wake kikalegea,
akasema vizuri.
Akawaonya wasimwambie mtu;
lakini kadiri ya alivyozidi kuwaagiza,
ndivyo walivyozidi kutangaza habari.
Wakashangaa mno kupita kiasi, wakinena,
Ametenda mambo yote vema;
viziwi awafanya wasikie, na bubu waseme'

Katika Mathayo 4:23-24 tunapata yafuatayo:

Naye alikuwa akizunguka katika Galilaya yote, akifundisha katika masinagogi yao, na kuihubiri Habari Njema ya ufalme, na kuponya ugonjwa na udhaifu wa kila namna katika watu. Na habari zake zikaenea katika Shamu yote; wakamletea wote waliokuwa hawawezi, walioshikwa na maradhi mbalimbali na mateso, wenye pepo, na wenye kifafa, na wenye kupooza; akawaponya.

Yesu hakuhubiri neno la Mungu na habari njema ya ufalme tu peke yake, lakini pia aliponya watu wasioweza kuhesabika waliokuwa na magonjwa aina mbalimbali. Kwa kuponya magonjwa ambayo uwezo wa mwanadamu haukufua dafu, neno alilohubiri Yesu lilikuwa limechorwa mioyoni mwa watu, na aliwaongoza kwenda mbinguni kwa imani yao.

Yesu Anamponya Mwanamume Kiziwi na Bubu

Katika Marko 7 kuna kisa kuhusu wakati Yesu alipotoka Tiro

akaenda Sidoni, kisha kutoka huko akaenda Ziwa la Galilaya na kuingia jimbo la Dekapoli, na kuponya mwanamume kiziwi na bubu. Kama mtu "alisema kwa ugumu," maanake ni kwamba alikuwa akigugumiza na hangeweza kusema kwa umbuji. Mtu huyu katika fungu hili yamkini alijifunza kusema alipokuwa mtoto, lakini akawa kiziwi baadaye, na wakati huo "alisema kwa ugumu."

Kwa jumla, "kiziwi bubu" ni mtu ambaye hajajifunza lugha na kuongea kwa sababu ya uziwi wake, huku "bradyacusia" ikiwa na maana ya ugumu wa kusikia. Kuna njia kadha ambazo mtu huwa kiziwi bubu. Ya kwanza kati ya hizo kurithi. Ya pili, mtu anazaliwa akiwa kiziwi bubu ikiwa mama anaugua rubela (inayojulikana kama "Ukambi wa Ujerumani") au kutumia dawa isiyofaa akiwa mjamzito. Njia ya tatu, mtu anapopatikana na homa ya uti wa mgongo anapokuwa na umri wa miaka mitatu au minne, wakati ambao mtoto hujifunza kuongea, anaweza kuwa kiziwi bubu. Katika kisa cha bradyacusia, kama kiwambo cha sikio kimepasuka, vifaa vya kusaidia usikivu vinaweza kupunguza huo ugumu. Kama kuna tatizo katika neva ya usikiaji, kifaa cha kusaidia usikivu hakiwezi kusaidia kamwe. Kwa visa vingine ambapo mtu anafanya kazi katika mandhari ya kelele sana au kusikia kunadhoofika kwa sababu ya umri, inasemekana hakuna matibabu ya kimsingi. Zaidi ya hayo, mtu anaweza kuwa kiziwi au bubu akipagawa na pepo. Katika kisa kama hicho, mtu mwenye mamlaka ya kiroho anapowatoa hao pepo wachafu, huyo mtu ataanza kusikia na kunena mara moja. Katika Marko 9:25-27, Yesu alipomkemea pepo mchafu ndani ya mvulana aliyekuwa hawezi kusema, "Ewe pepo bubu na kiziwi, mimi nakuamuru, mtoke huyu, wala usimwingie tena," (kif.25) huyo pepo mchafu alimtoka huyo mvulana mara moja naye akawa mzima.

Amini kwamba Mungu anapofanya kazi, hakuna ugonjwa wala udhaifu utakaokutatiza au kukutisha. Hiyo ndiyo sababu katika Yeremia 32:27 tunapata, "Tazama, mimi ni Bwana, Mungu wa wote wenye mwili; je! Kuna neno gumu lo lote nisiloliweza?" Zaburi 100:3 inatuhimiza "Jueni kwamba Bwana ndiye Mungu; Ndiye aliyetuumba na sisi tu watu wake; Tu watu wake, na kondoo wa malisho yake," huku Zaburi 94:9 ikitukumbusha, "Aliyelitia sikio mahali pake asisikie? Aliyelifanya jicho asione?" Tunapomwamini Mwenyezi Baba Mungu aliyeumba masikio na macho yetu kutoka vilindi vya mioyo yetu, kila kitu kinawezekana. Hiyo ndiyo sababu Yesu, alikuja duniani kama mwili, kila kitu kilikuwa kinawezekana kwake. Kama tunavyoona katika Marko 7, Yesu alipomponya yule mwanamume kiziwi bubu, masikio ya huyo mtu yalifunguka na maneno hake yakawa yanashikana.

Tunapomwamini Yesu Kristo na kuomba uwezo wa Mungu kwa imani iliyokomaa, kazi hiyo kama ilivyonakiliwa katika Biblia itafanyika hata leo. Kuhusu hili, Waebrania 13:8 inatwambia, "Yesu Kristo ni yeye yule, jana na leo na hata milele," huku Waefeso 4:13 ikitukumbusha kwamba tunapaswa "hata na sisi sote tutakapoufikia umoja wa imani na kumfahamu sana Mwana wa Mungu, hata kuwa mtu mkamilifu, hata kufika kwenye cheo cha kimo cha utimilifu wa Kristo."

Hata hivyo, kuharibika kwa viungo vya mwili au uziwi na ububu vinavyoletwa na kufa kwa chembechembe za neva hakuwezi kuponywa na kipawa cha uponyaji. Ni wakati tu peke yake mtu anapofikia cheo na kimo cha utimilifu wa Yesu Kristo, na kupokea uwezo na mamlaka kutoka kwa Mungu na kuomba kulingana na mapenzi ya Mungu, ndipo uponyaji utafanyika.

Visa vya Mungu Kuponya Uziwi na Ububu Pale Manmini

Wimbo wa shukrani na watu walioponywa uziwi wao

"Kwa maisha Uliyotupa, tutatembea juu ya dunia tukikutamani wewe.

Roho yangu iliyo angavu kama fuwele inakuja kwako."

Shemasi Napshim Park anamtukuza Mungu baada ya kuponywa uziwi wake wa miaka 55.

Nimeshuhudia visa vingi ambapo bradyacusia iliponywa, na watu wengi wasiohesabika ambao wakati mmoja walikuwa hawawezi kusikia tangu wazaliwe wakisikia kwa mara ya kwanza. Kuna watu wawili waliosikia kwa mara ya kwanza katika miaka hamsini na tano na hamsini na saba.

Septemba mwaka wa 2000, nilipoendesha Shughuli ya Uponyaji wa Kimiujiza kule Nagoya, Japani, watu kumi na watatu waliokuwa hawawezi kusikia walipokea uponyaji punde tu nilipowaombea. Habari hizi zilipelekwa kwa wale waliokuwa hawawezi kusikia kule Korea, na wengi wao wakahudhuria Mkutano Maalum wa Uvuvio wa Wiki Mbili awamu ya tisa Mei 2001, wakapokea uponyaji, na wakamtukuza Mungu sana.

Kati yao alikuwa mwanamke wa miaka thelathini na mitatu, aliyekuwa kiziwi bubu tangu alipopata ajali akiwa na umri wa miaka minane. Baada ya kuletwa kanisani kwetu muda mfupi kabla ya huo Mkutano wa 2001, alijitayarisha kupokea majibu. Huyo mwanamke alihudhuria "Mkutano wa Maombi ya Danieli" uliofanyika kila siku, na alipokumbuka dhambi zake za zamani, akararua moyo wake. Baada ya kujitayarisha kwa ajili ya huo Mkutano wa Uvuvio kwa hamu ya dhati, akahudhuria huo Mkutano. Wakati wa kipindi cha mwisho cha huo Mkutano, nilipowawekea mikono viziwi mabubu ili niwaombee, hakuhisi mabadiliko yoyote ya mara moja. Hata hivyo, hakuvunjika moyo. Badala yake, aliona shuhuda za wale waliokuwa wamepokea uponyaji kwa furaha na shukrani, na akaamini kwa dhati zaidi kwamba yeye pia angeweza kuponywa! Mungu akaona hilo kuwa imani na akamponya huyo mwanamke punde tu baada ya huo Mkutano kuisha. Nimeona kazi za uwezo wa Mungu zikidhihirishwa hata baada ya Mkutano huo kufungwa. Licha ya hayo, mtihani wa kusikia aliopitia ulikuwa ushuhuda tu kwa uponyaji kamili wa masikio yote mawili. Aleluya!

Uziwa wa Kuzaliwa Nao Unapokea Uponyaji

Ukuu wa udhihirishaji wa uwezo wa Mungu umeongezeka mwaka baada ya mwaka. Katika Injili ya Uponyaji wa Kimiujiza kule Hondurasi 2002, watu wengi wasioweza kuhesabika waliokuwa viziwi na mabubu waliweza kusikia na kusema. Binti ya mkuu wa wafanyakazi wa usalama alipoponywa uziwi wake aliozaliwa nao wakati wa injili hiyo, alifurahi na kushukuru sana sana.

Moja yapo ya masikio ya Madeline Yaimini Bartres wa umri

wa miaka minane halikukua vizuri na aliendelea kuwa kiziwi polepole. Aliposikia juu ya injili hiyo, Madeline alimwomba babake amlete katika injili. Alipokea neema nyingi wakati wa sifa, na baada ya kupokea maombi yangu kwa wagonjwa wote, akaanza kusikia waziwazi. Kwa kuwa babake alifanya kazi kwa uaminifu kwa ajili ya injili hiyo, Mungu alimbariki mtoto wake kwa njia hiyo.

Jennifer Anatoa Kifaa Chake cha Kusaidia usikivu, Katika Shughuli ya Maombi ya Uponyaji wa Kimiujiza, kule India 2002.

Ingawa tulikuwa hatuwezi kusajili shuhuda zote zisizoweza kuhesabika za uponyaji wakati Injili ya India na baadaye, hata na chache zilizoteuliwa tunalazimika kumshukuru na kumtukuza Mungu. Kati ya visa kama hivyo ni hadithi ya msichana aitwaye Jennifer, aliyekuwa kiziwi bubu tangu kuzaliwa kwake. Daktari mmoja alipendekeza awe akivaa vifaa vya kusaidia usikivu ambavyo vingeboresha kusikia kwake kidogo, lakini akamkumbusha kwamba kusikia kwake hakungekuwa kamili.

Walihudhuria injili hiyo huku mamake Jennifer akiombea

Jennifer aliyeponywa uziwi wake aliozaliwa nao na tathmini ya daktari wake

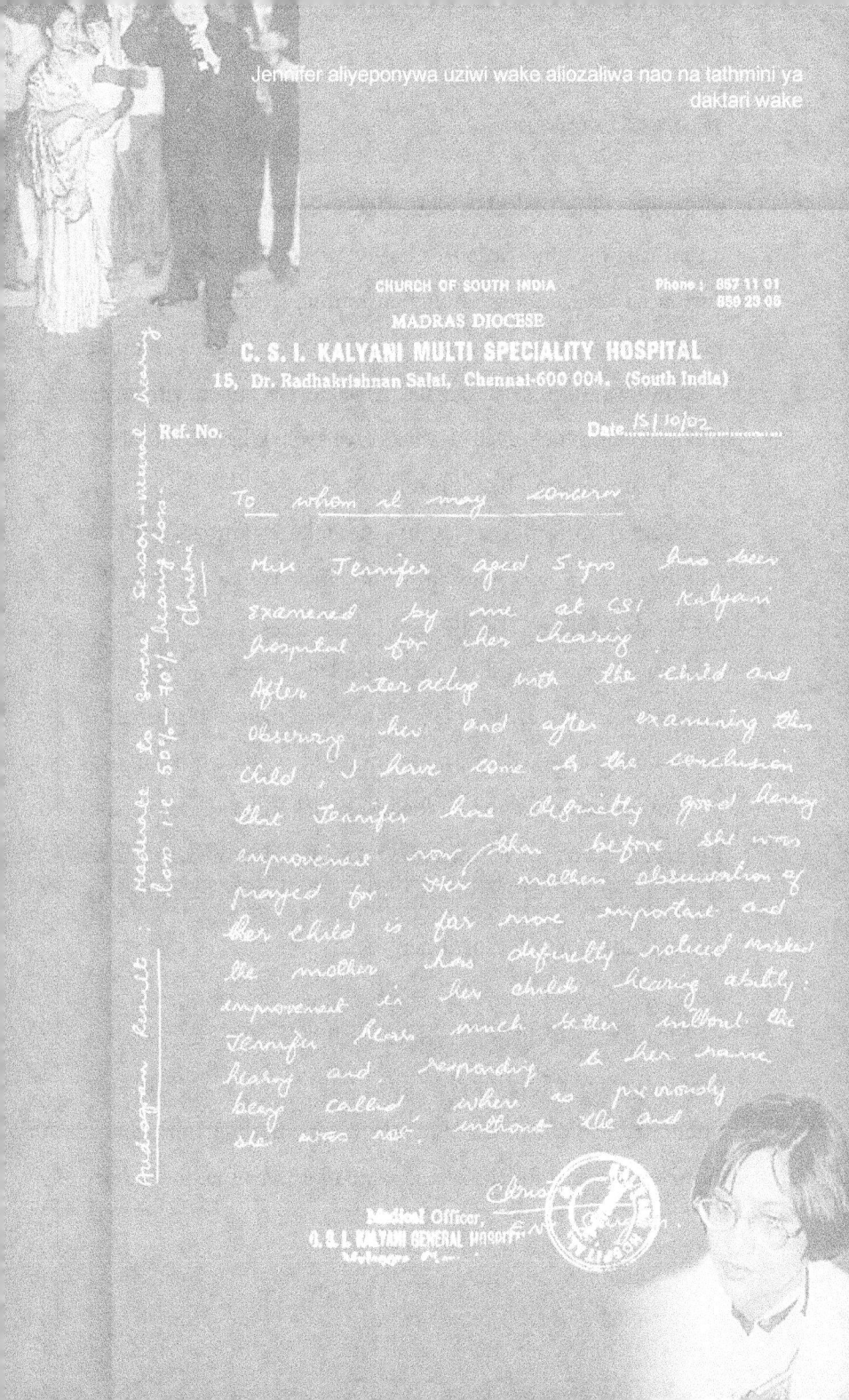

CHURCH OF SOUTH INDIA
MADRAS DIOCESE
C. S. I. KALYANI MULTI SPECIALITY HOSPITAL
15, Dr. Radhakrishnan Salai, Chennai-600 004, (South India)

Phone: 857 11 01
859 23 05

Ref. No: ....   Date: 15/10/02

To whom it may concern

Miss Jennifer aged 5 yrs has been examined by me at CSI Kalyani hospital for her hearing.

After interacting with the child and observing her and after examining the child, I have come to the conclusion that Jennifer has definitely good hearing improvement now than before she was prayed for. Her mother observation of her child is far more important and the mother has definitely noticed marked improvement in her child's hearing ability. Jennifer hears much better without the hearing aid, responding to her name being called when as previously she was not, without the aid

Audiogram Results: Moderate to severe sensorineural hearing loss i.e. 50% — 70% hearing loss. Chrism

Medical Officer,
C. S. I. KALYANI GENERAL HOSPITAL

uponyaji wa binti yake kila siku. Mama na bintiye walikaa karibu na kimoja cha vipaza sauti vikubwa zaidi kwa sababu kuwa karibu na kipaza sauti hakungemsumbua Jennifer kivyovyote. Hata hivyo, siku ya mwisho ya injili, kwa sababu ya umati mkubwa wa watu uliokusanyika, hawakuweza kupata viti karibu na kipaza sauti hicho. Kilichofuata kwa kweli kilikuwa cha ajabu. Punde tu nilipomaliza kuombea wagonjwa kutoka kwenye mimbari, Jennifer alimwambia mamake kwamba sauti zote zilikuwa kubwa sana na akamwomba mamake atoe hivyo vifaa vya kusaidia usikivu. Aleluya!

Kulingana na rekodi za matibabu kabla uponyaji, bila vifaa vya kusaidia usikivu, usikiaji wa Jennifer haungeweza kupata hata sauti ya juu zaidi. Kwa maneno mengine, Jennifer alikuwa amepoteza asilimia mia za uskiaji wake, lakini baada ya maombi ilipatikana kuwa asilimia 30~50 ya usikiaji wake ilikuwa imefanywa upya. Ifuatayo ni tathmini ya mtaalamu wa kusikia na kusema Christina juu ya Jennifer.

Ili aweze kukadiria uwezo wa kusikia wa Jennifer, mwenye umri wa miaka 5, nilimchunguza kule C.S.I. Kalyani Multi Specialty Hospital. Baada ya kuzungumza na Jennifer na kumchunguza, nilihitimisha kwamba kulikuwa na maendeleo fulani ya kuonekana katika usikiaji wake baada ya maombi. Maoni ya mamake Jennifer nayo pia yanafaa. Alitoa matamshi hayo hayo niliyotoa: Usikiaji wa Jennifer hakika ulikuwa umeendelea vizuri sana. Wakati huu Jennifer anaweza kusikia vizuri bila vifaa vyovyote vya kusaidia usikivu na anaitikia vizuri watu wanapomwita jina lake. Haikuwa hivi kabla ya maombi na bila vifaa vya kusaidia usikiaji.

Kwa wale wanaotayarisha mioyo yao kwa imani, uwezo wa Mungu unadhihishwa bila shaka yoyote. Kwa kweli kuna visa vingi ambamo hali za wagonjwa huwa bora zaidi siku baada ya siku bora tu waishi maisha ya imani katika Kristo.

Mara nyingi, Mungu hatoi uponyaji kamili mata ya kwanza kwa wale ambao wamekuwa viziwi kutoka wakati walipokuwa wadogo. Wakisikia vizuri kuanzia wakati walipoponywa, inakuwa vigumu kwao kuvumilia sauti zote. Watu wakipoteza usikiaji baada ya kuwa watu wazima, Mungu anaweza kuwaponya kabisa papo hapo kwa sababu haitachukua muda mwingi kwao kujiweka sawasawa na sauti. Katika visa kama hivyo, watu wanaweza kuchanganyikiwa mara ya kwanza, lakini baada ya siku moja au mbili, watakuwa na utulivu na kuzoea uwezo wao wa kusikia.

Aprili mwaka wa 2003, wakati wa safari yangu kwenda Dubai huko United Arab Emirates, nilikutana na mwanamke wa miaka thelathini na miwili aliyekuwa amekuwa bubu baada ya kuugua homa ya uti wa mgongo alipokuwa na miaka miwili. Punde tu alipopokea maombi yangu, huyo mwanamke alisema waziwazi, "Asante!" Nikafikiri juu ya matamshi yake kama tu neno la kushukuru, lakini wazazi wake waliniambia kwamba miongo mitatu ilikuwa imepita tangu binti yao aliposema "Asante" mara ya mwisho.

Ili Upate Kuona Uwezo Unaowafanya Mabubu Waseme na Viziwi wasikie

Katika Marko 7:33-35 kuna haya yafuatayo:

Akamtenga na mkutano faraghani, akatia vidole vyake masikioni mwake, akatema mate, akamgusa ulimi; akatazama juu mbinguni, akaugua, akamwambia, Efatha, maana yake, 'Funguka!' Mara masikio yake yakafunguka, kifungo cha ulimi wake kikalegea, akasema vizuri.

Hapa, "Ephphatha" kwa lugha ya Kiebrania, maanake ni "Funguka" Yesu alipoamuru katika sauti asili ya uumbaji, masikio ya yule mtu yakafunguka na ulimi wake ukalegea.

Basi ni kwa nini Yesu alitia vidole vyake masikioni mwa yule mtu kabla kuamuru, "Funguka"? Warumi 10:17 inatwambia, "Basi imani, chanzo chake ni kusikia; na kusikia huja kwa neno la Kristo." Kwa kuwa huyu mtu hakuweza kusikia, ilikuwa vigumu kwake kuwa na imani. Zaidi ya hayo, huyu mtu hakuja mbele ya Yesu ili apokee uponyaji. Badala yake, watu fulani walimleta huyu mtu kwa Yesu. Kwa kutia vidole vyake masikioni mwa huyu mtu, Yesu alimsaidia kuwa na imani kupitia kwa hisia za vidole vyake.

Wakati tu tunapofahamu maana ya kiroho iliyo ndani ya mandhari ambayo Yesu alidhihirisha uwezo wa Mungu, ndipo tunapoweza kuona uwezo wa Mungu. Tunapaswa kuchukua hatua gani maalum?

Ni lazima kwanza tuwe na imani ya kupokea uponyaji.

Hata kama ni chache, yule anayehitaji kupokea uponyaji

lazima awe na imani. Hata hivyo, tofauti na wakati wa Yesu na kwa sababu ya maendeleo ya ustaarabu, kuna njia nyingi, pamoja na lugha ya ishara, ambayo kwayo hata wale wasioweza kusikia wanaweza kufikiwa na injili. Kuanzia miaka michache iliyopita, jumbe zote za mahubiri zimekuwa zikitafsiriwa moja kwa moja katika lugha ya ishara kule Manmini. Jumbe za zamani pia zinaendelea kufanywa upya katika lugha ya ishara katika tovuti yake pia.

Zaidi ya hayo, kuna njia nyingine nyingi, zikijumuisha vitabu, magazeti, na video na kanda za kusikiza, unaweza kuwa na imani bora tu uwe umeamua. Mara tu imani inapopatikana, unaweza kuona uwezo wa Mungu. Nimetaja shuhuda kadha kama njia ya kukufanya uwe na imani.

Kisha, ni lazima tupokee msamaha.

Kwa nini Yesu alitema mate na kuugusa ulimi wa huyo mtu baada ya kutia vidole vyake masikioni mwake? Kiroho hivi vinaashiria ubatizo kwa maji na ulikuwa wa lazima kwa ajili ya msamaha wa dhambi za yule mtu. Kubatizwa kwa maji maanake ni kwamba kwa neno la Mungu ambalo ni kama maji safi, tunapaswa kutakaswa dhambi zetu zote. Ili aweze kuona uwezo wa Mungu, mtu lazima kwanza atatue tatizo la dhambi. Badala ya kutakasa uchafu wa huyo mtu kwa maji, Yesu alitumia mate yake kama mbadala, na akaashiria msamaha wa huyo mtu. Isaya 59:1-2 inatuambia, "Tazama, mkono wa \nd Bwana\nd* haukupunguka, hata usiweze kuokoa wala sikio lake si zito, hata lisiweze kusikia. Lakini maovu yenu yamewafarikisha ninyi na Mungu wenu, na dhambi zenu zimeuficha uso wake msiuone, hata hataki kusikia.?

Kama Mungu alivyotuahidi katika 2 Mambo ya Nyakati 7:14, "ikiwa watu wangu, walioitwa kwa jina langu, watajinyenyekesha, na kuomba, na kunitafuta uso, na kuziacha njia zao mbaya; basi, nitasikia toka mbinguni, na kuwasamehe dhambi yao, na kuiponya nchi yao," ili uweze kupokea majibu mbele za Mungu, ni lazima ujitazame kikweli, urarue moyo wako, na utubu.

Tunapaswa kutubu nini mbele za Mungu?

Kwanza, ni lazima utubu kutomwamini Mungu na kumpokea Yesu Kristo. Katika Yohana 16:9, Yesu anatuambia kwamba Roho Mtakatifu atautia ulimwengu katika hatia ya kuhusiana na dhambi, kwa kuwa wanadamu hawamwamini. Ni lazima utambue kwamba kutomkubali Bwana ni dhambi, na kwa hivyo umwamini Bwana na Mungu.

Pili, kama huwapendi ndugu zako ni lazima utubu. 1 Yohana 4:11 inatwambia, "Wapenzi ikiwa Mungu alitupenda sisi hivi, imetupasa na sisi kupendana." Kama ndugu yako anakuchukia, badala ya kumchukia pia, ni lazima umvumilie na kumsamehe. Ni lazima pia umpende adui yako, tafuta kwanza manufaa yake, na ufikiri na kufanya kana kwamba wewe ni yeye. Unapowapenda watu wote, Mungu pia atakuonyesha upendo, huruma, na kazi za uponyaji.

Tatu, ukiwa umeomba kwa manufaa yako mwenyewe, ni lazima utubu. Mungu hapendezwi na wale waombao wakiwa na nia za ubinafsi. Hatakujibu. Hata kuanzia sasa na kwendelea, ni lazima uombe kulingana na mapenzi ya Mungu.

Nne, ukiwa umeomba na kuwa na tashwishi, ni lazima utubu. Yakobo 1:6-7 inasema, "Ila na aombe kwa imani, pasipo shaka yo yote; maana mwenye shaka ni kama wimbi la bahari lililochukuliwa na upepo, na kupeperushwa huku na huku. Maana mtu kama yule asidhani ya kuwa atapokea kitu kwa Bwana." Vivyo hivyo, tunapoomba, ni lazima tuombe kwa imani na tumpendeze. Licha ya hayo, kama Waebrani 11:6 inavyotukumbusha, "Lakini pasipo imani haiwezekani kumpendeza," tupa tashwishi zako na uombe kwa imani peke yake.

Tano, ukiwa hujatii amri za Mungu, ni lazima utubu. Kama Yesu anavyotwambia katika Yohana 14:21, "Yeye aliye na amri zangu, na kuzishika, yeye ndiye anipendaye; naye anipendaye atapendwa na Baba yangu; nami nitampenda na kujidhihirisha kwake," unapoonyesha thibitisho la upendo wako kwa Mungu kwa kutii amri zake, unaweza kupokea majibu kutoka kwake. Mara kwa mara, waamini wanahusika katika ajali za barabarani. Hii ni kwa sababu wengi wao hawajashika Siku ya Bwana na kuitakasa au na kutoa mafungu yao ya kumi kamili. Kwa kuwa hawajaishi kwa seti ya sheria za kimsingi zaidi za Wakristo, Amri Kumi, hawawezi kuweka katika ulinzi wa Mungu. Kati ya wale wanaotii amri zake kwa uaminifu, baadhi yao huhusika katika ajali kwa makosa yao wenyewe. Lakini, Mungu huwalinda. Katika visa kama hivyo, watu walio ndani hubaki bila kujeruhiwa hata katika gari lililoharibika kabisa, kwa sababu Mungu anawapenda na huwaonyesha thibitisho la upendo wake.

Licha ya hayo, watu ambao hawajamjua Mungu mara nyingi hupokea uponyaji wa haraka baada ya kupokea maombi. Hii ni kwa sababu ukweli kwamba walikuja kanisani tu ni kitendo cha imani, na Mungu hufanya kazi ndani yao. Hata hivyo, watu wanapokuwa na imani na kujua kweli lakini waendelee kuvunja amri za Mungu na wasiishi kwa neno lake, huu unakuwa ukuta kati ya Mungu na watu hao, na kwa hiyo hawapokei uponyaji. Sababu ya Mungu kufanya kazi sana kati ya wasioamini wakati wa Injili Kuu za Muungano za nchi za ng'ambo ni kwa sababu ya ukweli kwamba wale wanaoabudu sanamu kusikia habari na kuhudhuria injili yenyewe inaangaliwa kama imani machoni pa Mungu.

Sita, ukiwa hujapanda mbegu, ni lazima utubu. Kama Wagalatia 6:7 inavyotuambia, "Kwa kuwa cho chote apandacho mtu, ndicho atakachovuna," ili uweze kuona uwezo wa Mungu, ni lazima kwanza uhudhurie ibada kwa bidii. Kumbuka kwamba unapopanda kwa mwili wako, utapokea baraka za afya, na unapopanda kwa mali yako, utapokea baraka za mali. Kwa hivyo, kama ulikuwa unataka kuvuna bila kupanda, ni lazima ulitubie jambo hilo.

1 Yohana 1:7 inasema, "Bali tukienenda nuruni, kama yeye alivyo katika nuru, twashirikiana sisi kwa sisi, na damu yake Yesu, Mwana wake, yatusafisha dhambi yote." Licha ya hayo, kushikilia ahadi ya Mungu katika 1 Yohana 1:9, "Tukiziungama dhambi zetu, Yeye ni mwaminifu na wa haki hata atuondolee dhambi zetu, na kutusafisha na udhalimu wote," hakikisha unajichunguza na kutubu, na kuenenda katika nuru.

Naomba upokee huruma za Mungu, upokee kila kitu unachoomba, na kwa uwezo wake upokee sio tu baraka za afya bali pia baraka katika mambo yote maishani, katika jina la Bwana wetu Yesu Kristo ninaomba!

Ujumbe wa 9

Upaji wa Mungu Usio na Mwisho

Kumbukumbu la Torati 26:16-19

*Leo hivi akuamuru Bwana, Mungu wako,
kuzifanya amri hizi na hukumu;
basi uzishike na kuzifanya
kwa moyo wako wote na roho yako yote.
Umemwungama Bwana leo, kuwa ndiye Mungu wako,
na kuwa yakupasa kutembea katika njia zake,
na kushika amri zake
na maagizo yake, na hukumu zake,
na kusikiza sauti yake.
naye Bwana amekuungama hivi leo kuwa taifa
iliyotengwa
 iwe yake yeye, kama alivyokuahidi,
na kuwa yakupasa kushika maagizo yake yote;
na kuwa atakutukuza juu ya mataifa yote
aliyoyafanya, kwa sifa, na jina, na heshima,
nawe upate kuwa taifa takatifu
kwa Bwana, Mungu wako,
kama alivyosema.*

Wakiulizwa wachague aina ya upendo wa juu zaidi ni upi, watu wengi watachagua upendo wa wazazi, hasa upendo wa mama kwa mtoto wake mchanga. Lakini, katika Isaya 49:15 tunapata, "Je! Mwanamke aweza kumsahau mtoto wake anyonyaye, hata asimhurumie mwana wa tumbo lake? Naam, hawa waweza kusahau, lakini mimi sitakusahau wewe." Upendo mwingi wa Mungu hauwezi kulinganishwa na upendo wa mama kwa mtoto wake mchanga.

Mungu wa upendo anataka watu wote waufikie wokovu, na tena wafurahie uzima wa milele, baraka, na raha katika mbingu nzuri ya kupendeza. Hiyo ndiyo sababu huwakomboa watoto wake kutoka kwa majaribu na mateso na anataka kuwapa kila wanachoomba. Pia, Mungu humwongoza kila mmoja wetu aishi maisha ya baraka hapa duniani, na pia katika uzima wa milele ambao pia unakuja.

Sasa, kupitia kwa uwezo na unabii Mungu ameturuhusu katika upendo wake, tutachunguza upaji wa Mungu kwa ajili ya Kanisa Kuu la Manmini (Manmin Central Church).

Upendo wa Mungu Unataka Kuokoa Roho Zote

Katika 2 Petro 3:3-4 tunapata yafuatayo:

Mkijua kwanza neno hili ya kwamba katika siku za mwisho watakuja na dhihaka zao watu wenye kudhihaki, wafuatao tamaa zao wenyewe, na kusema, Iko wapi ahadi ile ya kuja kwake? Kwa maana, tangu hapo babu zetu walipolala, vitu vyote vinakaa hali iyo hiyo, tangu mwanzo wa kuumbwa."

Kuna watu wengi ambao hawakuweza kutuamini tunapowaambia juu ya siku ya mwisho. Kama jua linavyochomoza na kuchwa siku zote, kama ambavyo watu wamekuwa wakizaliwa na kufa siku zote, na jinsi ambavyo ustaarabu umekuwa ukiendelea siku zote, watu kama hao hufikiri kiasili kwamba kila kitu kitaendelea na kuendelea.

Kwa kuwa kuna mwanzo na mwisho wa maisha ya mwanadamu, kama kuna mwanzo katika historia ya mwanadamu, hakika kuna mwisho wake. Wakati wa Mungu kuchagua unapofika, kila kitu ulimwenguni kitaonana na mwisho. Watu wote waliowahi kuishi tangu Adamu watapokea hukumu. Kulingana na jinsi mtu alivyoishi duniani, ataingia mbinguni au jehanamu.

Kwa upande mmoja, watu wanaomwamini Yesu Kristo na kuishi kwa neno la Mungu wataingia mbinguni. Kwa upande mwingine, watu ambao hawakuamini hata baada ya kuhubiriwa injili, na watu ambao hawaishi kwa neno la Mungu lakini badala yake huishi katika dhambi na uovu, hata ingawa wanakiri imani yao katika Bwana, wataingia Jehanamu. Hiyo ndiyo sababu Mungu ana ari ya kueneza injili ulimwenguni kote haraka iwezekanavyo, ili angalau apate roho ya ziada itakayopokea wokovu.

Uwezo wa Mungu Unaenezwa Mwisho wa Wakati.

Sababu hasa ya Mungu kuanzisha Kanisa Kuu la Manmini (Manmin Central Church) na kudhihirisha uwezo wa ajabu iko hapa. Kupitia kwa udhihirishaji wa uwezo wake, Mungu anataka kutoa ushahidi wa kuwako kwa Mungu wa kweli, na awaelimishe watu juu ya uhalisi wa mbinguni na jehanamu. Kama alivyotwambia Yesu katika Yohana 4:48, "Msipoona ishara na maajabu hamtaamini kabisa," hasa katika wakati ambamo dhambi na uovu vimestawi na ujuzi umeendelea, kazi ya uwezo ambayo inaweza kuharibu mawazo ya mwanadamu ni ya lazima zaidi. Hiyo ndiyo sababu, mwisho wa wakati, Mungu anaifundisha nidhamu Manmini na kuibariki na uwezo unaoendelea kukua kila siku.

Licha ya hayo, ukuzaji wa wanadamu ambao aliounda Mungu pia unaendelea kukaribia mwisho. Mpaka wakati aliochagua Mungu utakapofika, uwezo ni kifaa cha lazima ambacho kinaweza kuwaokoa watu wote wenye nafasi ya kupokea wokovu. Ni kwa uwezo peke yake ndipo watu wengi wanaweza kuingizwa katika wokovu upesi zaidi.

Kwa sababu ya mateso na kuumizwa kunakoendelea, ni vigumu sana sana kueneza injili katika nchi nyingine ulimwenguni kote, na hata kuna watu zaidi ambao hawajawahi kusikia injili. Zaidi ya hayo, hata kati ya wale wanaokiri imani yao kwa Bwana, idadi ya watu wenye imani ya kweli si kubwa vile kama watu wanavyoona. Katika Luka 18:8 Yesu anatuuliza, "Walakini, atakapokuja Mwana wa Adamu, je! Ataiona imani duniani?" Watu wengi huenda kanisani, lakini hawana tofauti kubwa na watu wa ulimwengu, wanaendelea kuishi katika dhambi.

Lakini, hata katika nchi na maeneo ya ulimwengu ambako

kuna mateso makali kwa Wakristo, mara tu watu wanapoona kazi ya uwezo wa Mungu, imani isiyoogopa kifo hunawiri na uenezaji wa moto wa injili huingia. Watu wanaoishi dhambini bila imani ya kweli hupewa uwezo wa kuishi kwa neno la Mungu wanapoona kazi ya uwezo wa Mungu aliye hai moja kwa moja.

Katika safari nyingi za misheni katika nchi za ng'ambo, nimekuwa katika nchi ambazo kisheria zimekataza utangazaji na kuhubiri injili na hulitesa kanisa. Nimeshuhudia katika nchi kama hizo kama Pakistani na United Arab Emirates, ambamo katika hizo zote Uislamu unanawiri, na nchi ya India ambako Uhindu uko kila mahali, kwamba Yesu Kristo anashuhudiwa na ushahidi unadhihirishwa ambao kwa huo watu wanaweza kumwamini Mungu aliye hai, roho zisizohesabika zimegeuka na kuufikia wokovu. Hata kama wameabudu sanamu, mara wanapoona kazi ya uwezo wa Mungu, watu humkubali Yesu Kristo bila kuogopa sheria. Hili linatoa ushuhuda wa ukuu wa uwezo wa Mungu.

Kama vile mkulima huvuna mazao yake, Mungu hudhihirisha uwezo wa ajabu kama huo ili aweze kuvuna roho zote ambazo zinapaswa kupokea wokovu katika siku za mwisho.

Ishara za Wakati wa Mwisho Zilizonakiliwa katika Biblia

Hata kwa neno la Mungu lililonakiliwa katika Biblia, tunaweza kujua wakati tunaoishi uko karibu na wakati wa mwisho. Hata ingawa Mungu hajatwambia tarehe maalum ya wakati wa mwisho, ametupatia vidokezi ambavyo kwa hivyo tunaweza kujua wakati wa mwisho. Kama tunavyoweza kubashiri kwamba mvua haina budi kunyesha wakati mawingu yanapoanza kukusanyika, kupitia jinsi historia inavyoendelea kujifunua, ishara katika Biblia huturuhusu kubashiri siku za mwisho.

Kwa mfano, katika Luka 21 tunapata, "Nanyi mtakaposikia habari za vita na fitina, msitishwe; maana, hayo hayana budi kutukia kwanza, lakini ule mwisho hauji upesi" (kif.9), na "kutakuwa na matetemeko makubwa ya nchi; na njaa na tauni mahali mahali; na mambo ya kutisha na ishara kuu kutoka mbinguni" (kif.11).

Katika 2 Timotheo 3:1-5, tunasoma yafuatayo:

Lakini ufahamu neno hili, ya kuwa siku za mwisho kutakuwako nyakati za hatari. Maana watu watakuwa wenye kujipenda wenyewe, wenye kupenda fedha, wenye kujisifu, wenye kiburi, wenye kutukana, wasiotii wazazi wao, wasio na shukrani, wasio safi, wasiowapenda wa kwao, wasiotaka kufanya suluhu, wasingiziaji, wasiojizuia, wakali, wasiopenda mema, wasaliti, wakaidi, wenye kujivuna, wapendao anasa kuliko kumpenda Mungu; wenye mfano wa utauwa, lakini wakikana nguvu zake; hao nao ujiepushe nao.

Kuna majanga mengi na ishara ulimwenguni kote, na moyo na fikira za watu vinaendelea kuwa viovu leo. Kila wiki, ninapokea kusanyiko la visa vya habari juu ya matukio na ajali, na ukubwa wa kila kusanyiko umekuwa ukiendelea kuongezeka. Hili maanake ni kwamba kuna majanga mengi, mabaa, na maovu yanafanyika hapa ulimwenguni.

Lakini, watu hawayajali matukio na ajali hizi kama walivyokuwa wakijali awali. Kwa kuwa wamekutana na visa vingi sana vya matukio na ajali kama hizo kila mara, watu wamekuwa sugu kwavyo. Wengi wao hawachukulii kwa uzito uhalifu wa kikatili, vita vikuu, majanga ya kiasili, na majeruhi wa majanga na mabaa hayo. Matukio haya yalikuwa yakijaza vichwa vya habari katika utangazaji. Hata hivyo, bila kuchukuliwa na uzito au kufanyika kwa watu wanaowajua, kwa watu wengi matukio kama hayo si muhimu sana na husahauliwa tu punde yanapotokea.

Kupitia kwa njia ambayo historia hujifunua, watu walio macho, na wenye mawasiliano ya wazi na Mungu hushuhudia kwa sauti moja kwamba Kurudi kwa Bwana Kumewadia.

Unabii Kuhusu Wakati wa Mwisho na Upaji wa Mungu kwa ajili ya Kanisa Kuu la Manmini (Manmin Central Church)

Kupitia kwa unabii wa Mungu uliofunuliwa Manmini, tunaweza kujua kwa kweli huu ni wakati wa mwisho. Tangu kuanzishwa kwa Manmini hadi leo, Mungu amekuwa akitwambia kimbele matokeo ya uchaguzi wa uraisi na umbuge, vifo vya watu muhimu na maarufu Korea na nje ya Korea, na matukio mengine mengi ambayo yamechonga historia ya ulimwengu.

Katika matukio mengi nimefunua habari kama hizo katika akronimi katika habari za kanisa za kila wiki. Kama yaliyomo yalikuwa na uzito, niliwafunulia watu wachache pekee. Katika miaka ya hivi karibuni, nimetangaza kutoka kwenye mimbari mara kwa mara ufunuo kuhusu Korea Kaskazini, Marekani, na matukio yatakayofanyika ulimwenguni kote.

Unabii mwingi umetimiza kama ulivyotabiriwa, na unabii ambao bado utatimia kuhusu matukio ambayo yanaweza kuwa yanaendelea au ambayo bado yatatukia. Ukweli wa kukumbukwa hapa ni kwamba unabii mwingi kuhusu matukio ambayo bado yatafanyika yanahusu siku za mwisho. Kwani kati ya hayo ni upaji wa Mungu kwa ajili ya Kanisa Kuu la Manmini (Manmin Central Church), tutachunguza baadhi ya unabii huu.

Unabii wa kwanza unahusu Uhusiano wa Korea Kaskazini na Korea Kusini.

Tangu kuanzishwa, Mungu ameifunulia Manmini mambo mengi kuhusu Korea Kaskazini. Hili ni kwa sababu tuna mwito wa kuhubiri Injili Korea Kaskazini katika siku za mwisho. Mwaka wa 1983, Mungu alitwambia kimbele juu ya mkutano kati ya viongozi wa Korea Kaskazini na wa Korea Kusini na matokeo yake. Punde tu baada ya mkutano, Korea Kaskazini ilikuwa itafungua milango kwa ulimwengu kwa muda lakini baada ya muda mfupi wangeifunga tena. Mungu ametuambia kwamba wakati Korea Kaskazini itakapofunguka, injili ya utakatifu na uwezo wa Mungu ingeingia nchini na kuhubiri injili kungefuata. Mungu alituambia tukumbuke kwamba Kurudi kwa

Bwana kutakuwa kumewadia, wakati Korea Kaskazini na Korea Kusini watakapozungumza kwa namna fulani. Kwa maana Mungu ameniambia niweke njia hizo Korea mbili "zitakavyozungumza kwa njia fulani" kama siri, bado siwezi kutangaza habari hizo.

Kama wengi wenu mjuavyo, mkutano kati ya viongozi wa hizo Korea mbili ulifanyika mwaka wa 2000. Yamkini ungehisi kwamba Korea Kaskazini, imeshindwa na shinikizo la kimataifa, itafungua milango yake hivi karibuni.

Unabii wa pili unahusu mwito wa misheni ya ulimwengu.

Mungu ametayarishia Manmini injili kadha za ng'ambo ambapo makumi elfu, mamia elfu, na mamilioni ya watu watakusanyika, na akatubariki ili tueneze injili kwa ulimwengu kwa uwezo wake wa ajabu. Zinajumuisha Injili Takatifu kule Uganda, ambayo habari zake zilipeperushwa kimataifa katika Cable News Network (CNN); Injili ya Uponyaji kule Pakstani, iliyotingisha ulimwengu wa Kiislamu na kufungua mlango kwa ajili ya kazi ya umishenari kule Mashariki ya Kati, Injili Takatifu kule Kenya ambako magonjwa mengi sana, pamoja na UKIMWI, yaliponywa; Injili ya Muungano ya Uponyaji kule Ufilipino ambako uwezo wa Mungu ulidhihirishwa kwa mlipuko; Injili ya Uponyaji wa Kimiujiza kule Hondurasi, iliyoleta kimbunga cha Roho Mtakatifu; na Injili ya Shughuli ya Maombi ya Uponyaji wa Kimiujiza kule India, nchi kubwa zaidi yenye Uhindu ulimwenguni, ambako zaidi ya watu milioni tatu walikusanyika wakati wa injili ya siku nne. Injili hizi zote zimetumika kama kidato ambacho kwa hicho Manmini iliweza kuingia Israeli, hatima yake ya mwisho.

Chini ya mpango wake kabambe kwa ajili ya ukuzaji wa wanadamu, Mungu alimuumba Adamu na Hawa, na baada ya maisha kuanza duniani, wanadamu waliongezeka. Kati ya watu wengi, Mungu aliteua taifa moja, Israeli uzao wa Yakobo. Kupitia kwa historia ya Waisraeli, Mungu alitaka kufunua utukufu wake na upaji wake kwa ajili ya ukuzaji wa wanadamu sio tu kwa Israeli bali pia kwa watu wote wa ulimwengu. Kwa hivyo watu wa Israeli wanatumika kama kielelezo cha ukuzaji wa wanadamu, na historia ya Israeli, ambayo husimamiwa na Mungu mwenyewe, sio historia ya taifa moja peke yake bali ni ujumbe wake kwa watu wote. Licha ya hayo, kabla kukamilisha ukuzaji wa wanadamu ulioanza na Adamu, Mungu amependa kwamba injili irudi Israeli, ambako ndiko ilikoanzia. Hata hivyo, ni vigumu kupita kiasi kuendesha mkutano wa Kikristo na kueneza injili kule Israeli. Udhihirishaji wa uwezo wa Mungu unaoweza kutingisha mbinguni na dunia unatakiwa kule Israeli, na kutimizwa kwa sehemu hii ya upaji wa Mungu ndio mwito uliopangiwa Manmini katika siku za mwisho.

Kupitia kwa Yesu Kristo, Mungu amekamilisha upaji wa wokovu kwa wanadamu, na kumruhusu mtu yeyote anayemkubali Yesu kama Mwokozi wake apokee uzima wa milele. Hata hivyo, wateule wa Mungu Israeli, hawakumkiri Yesu kama Masihi. Zaidi ya hayo, hata mpaka wakati watoto wake wanaponyakuliwa hewani, watu wa Israeli watakuwa hawajafahamu upaji wa wokovu kupitia kwa Yesu Kristo.

Katika siku za mwisho, Mungu anataka watu wa Israeli watubu na wamkubali Yesu kama Mwokozi wao ili waufikie wokovu. Hiyo ndiyo sababu Mungu ameruhusu injili ya utakatifu iingie na kuenea Israeli yote kupitia kwa mwito wa heshima alioupa Manmini. Sasa kwa kuwa kidato muhimu kwa ajili ya kazi ya umishenari ya Mashariki ya Kati kilianzishwa Aprili mwaka wa 2003, kulingana na mapenzi ya Mungu, Manmini itafanya matayarisho maalum kwa ajili ya Israeli na kukamilisha upaji wa Mungu.

Unabii wa tatu unahusu ujenzi wa Hekalu Kuu

Punde tu baada ya kuanzishwa kwa Manmini, alipokuwa anafunua upaji wake kwa ajili ya siku za mwisho, Mungu alitupatia mwito kwa ajili ya ujenzi wa Hekalu Kuu litakalofunua utukufu wa Mungu kwa watu wote ulimwenguni.

Nyakati za Agano la Kale, ilikuwa inawezekana kupokea wokovu kwa matendo. Hata kama dhambi katika moyo wa mtu ilikuwa haijatolewa, bora tu dhambi isifanywe kwa nje, mtu yeyote angeweza kuokolewa. Hekalu kutoka nyakati za Agano la Kale lilikuwa hekalu ambamo watu walimwabudu Mungu kwa matendo peke yake, kama sheria ilivyoagiza.

Hata hivyo nyakati za Agano Jipya, Yesu alikuja na kutimiza sheria katika upendo, na kwa kumwamini Yesu Kristo tumepokea wokovu. Hekalu analotaka Mungu katika nyakati za Agano Jipya litajengwa sio tu kwa matendo peke yake bali pia kwa moyo. Hekalu hili litajengwa na watoto wa kweli wa Mungu ambao wameacha dhambi, katika moyo uliotakaswa na upendo wao kwake. Hiyo ndiyo sababu Mungu aliruhusu hekalu kutoka nyakati za Agano la Kale liharibiwe na akapenda kwamba hekalu jipya la umuhimu wa kweli wa kiroho lijengwe.

Kwa hivyo, watu wanaopaswa kujenga Hekalu Kuu lazima waonekane kuwa halisi machoni pa Mungu. Ni lazima wawe watoto wa Mungu wenye mioyo iliyotahiriwa, wa mioyo mitakatifu na misafi, na waliojaa imani, tumaini na upendo. Mungu anapoona Hekalu Kuu lililojengwa na watoto wake walitakaswa, atatulizwa sio tu na umbo la hilo jengo. Badala yake, kwa Hekalu Kuu, atakumbuka utaratibu ambao katika huo hilo Hekalu litakuwa limejengwa, na akumbuke watoto wake wote wa kweli ambao ndio matunda ya machozi yake, kujitoa, na uvumilivu.

Hekalu Kuu lina umuhimu wa kina. Litatumika kama ukumbusho wa ukuzaji wa wanadamu na pia kama ishara ya kutulizwa kwa Mungu baada ya kuvuna mazao mazuri. Linajengwa katika siku za mwisho kwa sababu ni mradi wa jengo la ukumbusho utakaofunua utukufu wa Mungu kwa watu wote wa ulimwengu. Likiwa na kipenyo cha mita 600 (kama futi 1970) na kimo cha mita sabini (futi 230), Hekalu Kuu ni jengo kubwa ambalo litajengwa na aina zote za vitu vizuri, adimu, na vya thamani, na katika kila kipande cha muundo na nakshi,

"Hekalu Kuu Nilikamilishwe..."

utukufu wa Yerusalemu Mpya, uumbaji wa siku sita, na uwezo wa Mungu vitakuwa ndani yake. Kuangalia Hekalu Kuu peke yake kutatosha kuwalazimisha watu kuhisi ukuu na utukufu wa Mungu. Hata wasioamini watashagazwa na jinsi litakavyokuwa na wakiri utukufu wake.

Hatimaye, kujengwa kwa Hekalu Kuu ni matayarisho ya safina ambamo roho zisizoweza kuhesabika zinapaswa kupokea wokovu. Katika siku za mwisho dhambi na uovu zitakaponawiri, kama ilivyokuwa wakati wa Nuhu, wakati watu walioongozwa na watoto wa Mungu, anaowaona kuwa halisi watakapokuja kwa Hekalu Kuu na wajitokeze kumwamini, wanaweza kupokea wokovu. Watu wengi zaidi watasikia habari za utukufu na uwezo wa Mungu, na watakuja kujionea wenyewe. Watakapokuja, ushahidi wa Mungu usioweza kuhesabika utatolewa. Pia watafundishwa siri za ulimwengu wa kiroho na waelimishwe juu ya mapenzi ya Mungu anayetafuta kuvuna watoto wa kweli wanaofanana na mfano wake.

Hekalu Kuu litatumika kama chanzo cha awamu ya mwisho ya uenezaji wa injili ulimwenguni kote kabla Kurudi kwa Bwana wetu. Licha ya hayo, Mungu ameambia Manmini kwamba wakati unapofika wa ujenzi wa Hekalu Kuu kuanza, atawaongoza wafalme na watu wenye utajiri na nguvu wasaidie katika ujenzi huo.

Tangu kuanzishwa kwa Kanisa Kuu la Manmini (Manmini Central Church), Mungu amefunua unabii kuhusu siku za mwisho na upaji wake kwa ajili ya kanisa hili. Hata leo, anaendelea kudhihirisha uwezo unaoendelea kuongezeka na anatimiza Neno Lake. Katika historia yote ya kanisa, Mungu mwenyewe ameongoza Manmini ili atimize upaji wake. Licha ya hayo, mpaka wakati Bwana atakaporudi, atatuongoza kukamilisha kazi zote alizotupatia na kufunua utukufu wa Bwana ulimwenguni kote.

Katika Yohana 14:11, Yesu anatwambia, "Mnisadiki ya kwamba mimi ni ndani ya Baba, na Baba yu ndani yangu; la! Hamsadiki hivyo, sadikini kwa sababu ya kazi zenyewe." Katika Kumbukumbu la Torati 18:22, tunapata, "Atakaponena nabii kwa jina la Bwana\nd, lisifuate jambo lile wala kutimia, hilo ndilo neno asilolinena Bwana. Kwa kujikinai amelinena huyo nabii, usimwogope." Natumaini utafahamu upaji wa Mungu kupitia kwa uwezo wake na unabii unadhihirishwa na kufunuliwa kule Kanisa Kuu la Manmini (Manmin Central Church).

Katika kutimiza upaji wake kupitia Kanisa Kuu la Manmini (Manmin Central Church) katika siku za mwisho, Mungu hakupatia kanisa hili uvuvio na uwezo kwa siku moja. Ametufunza kwa zaidi ya miaka ishirini. Kama kupanda mlima mrefu na mkali na kuabiri kupitia mawimbi makali katika bahari iliyochafuka, ametuongoza kila mara kupitia majaribu na kwa watu walishinda hayo majaribu na imani yao thabiti, ametayarisha chombo kitakachokamilisha misheni ya ulimwengu.

Hili linafanya kazi kwa kila mmoja wenu pia. Imani ambayo kwayo mtu anaweza kuingia Yerusalemu Mpya haianzi au kuendelezwa kwa siku moja, ni lazima uwe macho siku zote na uwe tayari kwa ajili ya siku atakayorudi Bwana wetu. Juu ya haya yote, vunja kuta zote za dhambi na ukiwa na imani isiyobadilika na thabiti, piga mbio kuelekea mbinguni. Unaposonga mbele na azimio la aina hii, Mungu bila shaka atabariki roho yako uendelee vizuri na ajibu matakwa ya moyo wako. Licha ya hayo, Mungu atakupatia uwezo wa kiroho na mamlaka na kupitia kwa hayo utatumika kama chombo chake cha thamani kwa ajili ya upaji wake katika siku hizi za mwisho.

Naomba kwamba kila mmoja wenu ashikilie imani yake thabiti mpaka Bwana arudi na ukutane naye tena katika mbingu ya milele na katika Mji wa Yerusalemu Mpya, katika jina la Bwana wetu Yesu Kristo Ninaomba!

Mwandishi
Dr. Jaerock Lee

Dr. Jaerock Lee alizaliwa Muan, Jimbo la Jeonnam, katika Jamhuri ya Korea, mwaka 1943. Akiwa na miaka kati ya ishirini na thelathini, Dr. Lee aliugua magonjwa mengi yasiyokuwa na tiba kwa muda wa miaka saba na alikata tamaa ya kupona na akawa anasubiri kifo. Siku moja majira ya kuchipua mwaka 1974, alipelekwa kanisani na dada yake na alipopiga magoti kuomba, Mungu aliye hai alimponya magonjwa yote mara moja.

Tangu wakati Dr. Lee alipokutana na Mungu aishiye kupitia uponyaji huo wa ajabu, amempenda Mungu kwa moyo wake wote na kwa uaminifu, na mnamo mwaka 1978 aliitwa ili awe mtumishi wa Mungu. Aliomba kwa dhati na kufunga mara nyingi sana ili aweze kujua kwa hakika mapenzi ya Mungu, ayatimize yote na kulitii Neno la Mungu. Mwaka 1982, alianzisha Kanisa Kuu la Manmin katika jiji la Seoul, Korea, na kazi nyingi za Mungu, ikiwa ni pamoja na miujiza ya uponyaji na maajabu, vimekuwa vikitendeka katika kanisa hili.

Mnamo mwaka 1986, Dr. Lee aliwekwa wakfu na kusimikwa kama mchungaji katika Mkutano wa Mwaka wa Kanisa la Yesu huko Sungkyul, Korea, na miaka minne baadaye, mwaka 1990, mahubiri yake yalianza kurushwa katika nchi za Australia, Urusi, na Ufilipino. Baada ya muda mfupi nchi nyingine nyingi ziliweza kufikiwa kupitia Far East Broadcasting Company, Kituo cha utangazaji cha Asia Broadcast Station na Washington Christian Radio System.

Miaka mitatu baadaye, mwaka 1993, Kanisa kuu la Manmin lilichaguliwa kuwa moja ya "Makanisa 50 Yanayoongoza Duniani" na jarida la Christian World la Marekani na alipata Shahada ya Heshima ya Uzamivu katika Theolojia (Honorary Doctorate of Divinity) kutoka chuo cha Christian Faith, Florida, Marekani, na katika mwaka 1996 alipata Ph.D. katika Huduma kutoka Kingsway Theological Seminary, Iowa, Marekani.

Tangu mwaka 1993, Dr. Lee amefanya utume/umisionari wa ulimwengu kwa kufanya mikutano mingi huko Tanzania, Argentina, L.A., jiji la Baltimore, Hawaii, na jiji la New York huko Marekani, Uganda, Japani, Pakistani, Kenya, Ufilipino, Hondurasi, India, Urusi, Ujerumani, Peru, Jamhuri ya Kidemokrasia ya watu wa Congo, na Israeli na Estonia.

Mnamo mwaka 2002 alipewa jina la "mwana uvuvio wa ulimwengu" na magazeti maarufu ya Kikristo nchini Korea kutokana na kazi yake katika mikutano mbali mbali aliyoifanya nje ya nchi. Mkutano wa kutajika haswa, ni ule wa 'New York Crusade 2006' ulioandaliwa katika Madison Square Garden, ambao ndio ukumbi maarufu zaidi ulimwenguni. Mkutano huo ulirushwa hewani kwa mataifa

220, na katika mkutano wa 'Israel United Crusade 2009', uliofanyika International Convention Center (ICC) huko Yerusalemu, alitangaza waziwazi kwamba Yesu Kristo ndiye Masihi na Mwokozi.

Mahubiri yake yanapeperushwa hewani kufikia mataifa 176 kupitia mitambo ya setilaiti ikiwemo GCN TV, na pia aliorodheshwa kama mmoja wa 'Viongozi 10 Wa Kikristo wenye Ushawishi Mkubwa' wa mwaka 2009 na 2010 na gazeti maarufu la Russian Christian magazine In Victory na shirika la habari la Christian Telegraph kwa sababu ya vipindi vyake vya televisheni na huduma yake ya kuchunga makanisa ulimwengu mzima.

Kufikia Mei mwaka 2015, Manmin Central Church ina washiriki zaidi ya 120,000. Kuna makanisa yapatayo 10,000 ulimwengu mzima ambayo ni matawi ya Manmini Central Church yakiwemo makanisa 56 yaliyoko Korea, na wamisionari zaidi ya 123 wametumwa nchi 23, ikiwemo Marekani, Urusi, Ujerumai, Canada, Japan, China, Ufaransa, India, Kenya, na nyingine nyingi kufikia sasa.

Kufikia kuchapishwa kwa kitabu hiki, , Dr. Lee ameandika vitabu 92, vikiwemo vile vilivyo maarufu kama Kuonja Uzima Wa Milele Kabila Mauti, Maisha Yangu Imani Yangu I & II, Ujumbe wa Msalaba, Kiasi cha Imani, Mbinguni I & II, Jehanamu, Amka, Isreali!, na Nguvu za Mungu. Vitabu vyake vimetafsiriwa katika zaidi ya lugha 76.

Makala yake ya Kikristo huchapishwa kwenye The Hankook Ilbo, The JoongAng Daily, The Chosun Ilbo, The Dong-A Ilbo, The Munhwa Ilbo, The Seoul Shinmun, The Kyunghyang Shinmun, The Korea Economic Daily, The Korea Herald, The Shisa News, na The Christian Press.

Dr. Lee sasa hivi ni kiongozi wa mashirika mengi ya kimisionari na taasisi. Nyadhifa zake zinajumuisha kuwa: Mwenyekiti wa The United Holiness Church of Jesus Christ; Raisi wa Manmin World Mission; Rais wa Kudumu wa The World Christianity Revival Mission Association; Mwasisi na Mwenyekiti wa Bodi ya Global Christian Network (GCN); Mwasisi na Mwenyekiti wa World Christian Doctors Network (WCDN); na Mwasisi & Mwenyekiti wa Bodi ya, Manmin International Seminary (MIS).

www.ingramcontent.com/pod-product-compliance
Lightning Source LLC
LaVergne TN
LVHW021813060526
838201LV00058B/3361